உன்னத சங்கீதம்

உன்னத சங்கீதம்

தமிழில்:

பானுபாரதி

கருப்புப் பிரதிகள்

உன்னத சங்கீதம்
தமிழில்: பானுபாரதி

முதற்பதிப்பு: அக்டோபர் 2022

வெளியீடு: கருப்புப் பிரதிகள்
பி 55, பப்பு மஸ்தான் தர்கா, லாயிட்ஸ் சாலை,
சென்னை 600 005.
பேச: 94442 72500
மின்னஞ்சல்: karuppupradhigal@gmail.com

வடிவமைப்பு: ஜீவமணி
அச்சாக்கம்: ஜோதி எண்டர்பிரைசஸ், சென்னை 600 005.

விலை: ரூ. 100.00

Unnatha Sangeetham
BanuBharathi

First Edition: October, 2022

by Karuppu Pradhigal
B55, Pappu Masthan Darga, Lloyds Road,
Chennai 600 005, Tamil Nadu, South India.
Mobile: 94442 72500
Email: karuppupradhigal@gmail.com

Layout: Jeevamani
Printed by: Jothy Enterprises, Chennai 600 005.

Price: ₹ 100.00

ISBN: 978-93-95256-03-2

அட்டையில்:
நோர்வேயிலுள்ள ஆதிச் சிறுபான்மை இனமான சாமர் இனத்துப் பெண்ணொருவர் இசைக்கின்ற இந்த இசைக்கருவி 18 ஆம் நூற்றாண்டை சேர்ந்த பழமை வாய்ந்த இசைக்கருவி எனலாம். லூர் என்று அழைக்கப்படுகின்ற இந்த இசைக்கருவி உலோகம் மற்றும் பிர்ச் மரத்தினால் செய்யப்பட்டதாகும்

இது
செல்விக்கும்
சிவரமணிக்கும்

கருப்புக் குறிப்புகள்

நாடு கடந்த, மொழி இனம் கடந்த, ஒரு தேசிய கீதத்தைப் போல ஒலிக்கிறது உன்னத சங்கீதத்தின் இந்த ஓர்மைக் கவிதைகள். பெண்ணொடுக்கு முறையில் நாம் நாடு கடந்தவர்களாய் இருப்பது போன்று பெண் விடுதலைச் சிந்தனையிலும் நாம் நாடு கடந்தவர்களாய்த் தான் நிற்க முடியும். அதுதான் சிங்களர், தமிழர் எனும் இரு தேசிய பகைமை இனங்கள் வினை எதிர்வினையாகப் போரை நடத்திப் பாழாக்கிய மண்ணில் இருந்து தப்பியோடி புகலிட தஞ்சமடைந்த பானுபாரதியை நார்வேஜிய பெண் ஆளுமைக் கவிகளான மரிய தக்வாமின் உள ஓர்மைக்குள்ளும் இங்கர் ஹாகருப்பின் இதயத்திற்குள்ளும் நுழைந்து பார்க்க வைத்திருக்கிறது.

இத்தொகுப்பிலுள்ள மரிய தக்வாமின் கவிதையில் அவரது அன்னை மரக்கிளையில் ஒரு பறவையாய் வந்தமர்ந்து அவரது கன்னத்தைக் கொத்துவது போல உளப்பாங்கான இம்மொழிபெயர்ப்புக் கவிதைகள் வாசக மனங்களை ஓயாமல் கொத்திச் சலனப்படுத்தும்.

நார்வேஜியக் காடுகளின், பறவைகளின், மலை ஆறுகளின் வெளிகளில் துயருற்று அலைவுறும் பெண் இருப்பின் பாடல்களை அவற்றின் ஒலிச் சன்னதம் குறையாமல் தான் பேசும் தாய் மொழிக்கு கொண்டு வந்து சேர்த்து அதை கருப்புப் பிரதிகளாய் வெளியிட வாய்ப்பை நல்கிய கவிஞர் பானுபாரதிக்கு நெகிழ்ந்த நன்றியையும், துணையாய் நின்ற அவரது காதல் இணையர் தமயந்திக்கும், பதிப்பகத்தின் உற்றத் துணைகளான அமுதா, ஷோபாசக்தி, மதிவண்ணன், விஜய் ஆனந்த் (பெங்களூரு), தர்மினி, மெலிஞ்சி முத்தன், புஷ்பராணி அக்கா, விஜி–ஞானம் உள்ளிட்ட நண்பர்களுக்கும், பிரதியை வடிவமைத்துத் தந்த நண்பர் ஜீவமணிக்கு நன்றியறிதலைப் பதியமிடுகிறேன்.

மொழிபெயர்ப்பாளர் பானுபாரதி

1965 ஆம் ஆண்டு இலங்கை யாழ்ப்பாணத்தின் உரும்பிராய் கிராமத்தில் பிறந்த கவிஞர் பானுபாரதி பள்ளிக் கல்வியின் இறுதி காலத்தில் ஈழப் போராட்டத்தால் ஈர்க்கப்பட்டு, இயக்கப் பணிகளில் தம்மை இணைத்துக் கொண்டு கிராமப் பெண்களிடமும் ஒடுக்கப்பட்ட மக்களிடமும் சமூகப் பணியாற்றியவர்.

பின்பு போரின் தீவிரச் சூழலில் 1990 ஆம் ஆண்டு புலம் பெயர்ந்து நார்வேயில் வசிக்கத் தொடங்கி தமது அகதி வாழ்வினூடாக இலக்கிய செயற்பாடுகளை அமைத்துக் கொண்டதோடு 'சுமைகள்' என்கிற இலக்கிய சஞ்சிகையொன்றை நண்பர்களோடு இணைந்து நடத்தியவர். தொடர்ந்து உயிர்மெய் என்ற இதழின் ஆசிரியர்களில் ஒருவராகவும் பங்காற்றிய பானுபாரதி 'பிறத்தியாள்' என்கிற மிக முக்கிய கவிதைத் தொகுப்பையும் வெளியிட்டுள்ளார்.

தற்போது தமது இணையர் தமயந்தியுடன் நார்வேயில் ஓலசுண்ட் நகரில் வசித்து வரும் பானுபாரதிக்கு மூன்று மகள்களும் ஒரு மகனும் உள்ளனர்.

உள்ளடக்கம்

- முன்னுரை – வ. கீதா 11
- மொழிபெயர்ப்பாளரின் முன்னுரை 22

1. மரிய தக்வாம் 25
2. உன்னத சங்கீதம்: ஒரு வாசகியின் குறிப்பு – மரியான் ஸெய்டெ 26
3. ஒரு பெண்ணின் பணி முடிவடைகின்றது 30
4. நொடிப்பொழுது 33
5. மீண்டுமொரு முறை 35
6. அருகருகாக 37
7. 1980 39
8. தாயின் குரல் 41
9. குளிருறைந்த தெளிவான நாளொன்றில் 42
10. இங்கர் ஹாகருப் 44
11. Aust vaagoy 47
12. விடுதலை 48
13. பொறுமையற்ற மனுவாய் இரு 49
14. என்னை இப்படித்தான் உனக்கு வேண்டும் 52
15. அந்தக் கவிதை நான்தான் 53

16.	நான் தேடினேன்	55
17.	கார்த்திகையாள்	57
18.	பெண்ணாய் இருக்கப் பிறந்தவர்க்கு	59
19.	Willy Flock	62
20.	வலி – 1	63
21.	வலி – 2	64
22.	Stein Mehren	65
23.	அருகாமை	66
24.	Ingeborg Næstved	67
25.	எனக்கொரு பூச்செண்டினை வழங்கி விடுங்கள்	68
26.	Helge Vatsend	69
27.	காதலும் சுதந்திரமும்	70
28.	இறந்து போன ஒரு நண்பனுக்கு...	72
29.	ஒரு கவிதை, ஒரு பறவை	74
30.	ஒரு கோதுமை மணியளவு உண்மை	75
31.	நடுத்தீர்வை நாளில்	76
32.	இறுதி வார்த்தை	77
33.	உன்னத சங்கீதம்	78

முன்னுரை

பத்தாண்டுகளுக்கு முன் பானுபாரதியின் பிறத்தியாள் கவிதை தொகுப்பு குறித்துப் பேசும் வாய்ப்புக் கிடைத்தது. அதற்கு முன் அவரது சிட்டுக்குருவி கவிதைகளை படித்து ரசித்திருந்தேன். துளிதுளி மூக்குக் கொண்ட பறவையாக பாரதியாரால் அடையாளமிடப்பட்ட அந்த சின்னஞ்சிறு உயிரினம் பானுபாரதியின் கவிதைகளில் பேசாப் பொருளை பேசத் துணிந்த கதாபாத்திரமாக உருவெடுத்திருந்தது. அதற்கான சான்றாக ஒரு கவிதை -

புயலடித்தோய்ந்த பின்பாடு
புத்துகளிலிருந்து
போர்வை நீக்கி தலை நீட்டி வெளியே வந்தன
போருக்குப் பிறந்த பனங்கிழங்குப் பிஞ்சுகள்.

மரணத்துக்குள் தாங்கள் வாழ்ந்த கதையை
குழல் பூட்டி குய்யோ முறையோவென
திசைகளெட்டும் செப்புகின்றன.
அதொன்றும் காரியமில்லைப் போகட்டும்.

சிட்டுக்குருவியைப் பார்த்து
சுட்டுவிரல் நீட்டி
மரணத்துள் வாழப் பயந்தோடி என
குற்றம் சொல்வதென்ன...
இதென்ன கூத்து... ?

எதிரியின் சுடுகுழலின் முன்னால்
கிளித்தட்டு விளையாடியது சிட்டுக்குருவி
அறிவீரோ நீவிர்...?!

இன்று
லைற்றுப் பூட்டி, குழல் கட்டி
திருவிழா செய்யும்
உங்களது மூத்தார் முதலியாரும்
அன்று நீட்டிய சுடுகுழலின் முன்னால்
சிட்டுக்குருவிக்கு
மரணத்துள் வாழ முடியாமல்தான் போனது.
உங்களது மூத்தாரின் சன்னங்கள் தைத்து சாவதைவிட
வாழ்வதில்தான் சிட்டுக்குருவிக்கு அலாதிப் பிரியம்.
ஏனெனில்
வாழ்வதின் அர்த்தம் வலியது.
அதற்குத்தானே எல்லாமும் நடந்தேறுகிறது அறிவாளிகளே?!

சிட்டுக்குருவியை மையமிட்ட கவிதைகள் தொகுக்கப்படவில்லை என்றே நினைக்கிறேன். ஆனால் அவற்றின் கவித்துவமான, அவலச்சுவையார்ந்த நையாண்டித்தனம் பானுபாரதியின் பிற கவிதைகளிலும் இழையோடவே செய்கின்றன.

இத்தகைய கவிதைகளை எழுதியது போக, அவற்றை எழுதிய அதே வேளையில் நார்வே நாட்டின் முக்கிய கவிஞர்களின், குறிப்பாக பெண் கவிஞர்களின் கவிதைகளை பானுபாரதி மொழிபெயர்க்கத் தொடங்கியிருந்ததாகத் தெரிகிறது. அவரின் கவிதைகளுக்கும் அவர் மொழியாக்கம் செய்ய தேர்ந்தெடுத்த கவிதைகளுக்கும் இடையிலான உறவு குறித்து சிந்திப்பது பயனுள்ளதாக இருக்கும். வேற்று நாட்டின் மொழியை பயின்று அந்த மொழியில் எழுதப்பட்ட சிறந்த கவிதைகளை படித்துப் புரிந்துணர்ந்து மொழியாக்கம் செய்ய ஒருவர் முற்பட்டுள்ளார் என்றால், ஒன்று அந்த அந்நிய மொழிக் கவிதைகள் அவரின் கற்பனையை, அகவுலகத்தை ஆட்கொண்டிருக்க வேண்டும். அல்லது அவரின் வாழ்க்கை, வரலாறு ஆகியனவற்றை மேலும் துல்லியமாக விளங்கிக் கொள்ள அவை உதவியிருக்க வேண்டும். இவை போக, கவிஞர் என்ற வகையில் இக்கவிதைகளின் உள்ளார்ந்த "கவித்துவம்" அவரை கவர்ந்திருக்கக் கூடும்.

காரணங்கள் என்னவாக இருந்தாலும் கவிஞர்கள், எழுத்தாளர்கள் செய்யும் மொழியாக்கங்களை அவர்களின் அக்கறைகள், மொழியாற்றல், கற்பனை ஆகியவற்றிலிருந்து பிரித்துப் பார்த்து புரிந்து கொள்ள இயலாது என்றே தோன்றுகிறது. இப்படி யோசிக்கையில், இலங்கை தமிழ்ச் சூழலிலிருந்து வேறு நாட்டுக்கு புலம் பெயர்ந்த ஒருவர் தான் வாழ நேர்ந்துள்ள பண்பாட்டில் தனக்கானதாக எதை தேர்ந்தெடுத்துள்ளார் என்ற கேள்வி முக்கியத்துவம் பெறுகிறது. தமிழ் தேசிய அரசியலின் பல்வேறு வெளிப்பாடுகள், விட்டு வந்த சூழலின் பாதிப்புகள், புலம் பெயர்ந்த சூழல் ஏற்படுத்தும் நெருக்கடிகள், தமிழ் சமுதாயத்தை இயக்கும் சாதி, ஆணாதிக்க கருத்து நிலைகள் என்று பலவற்றுக்கு முகங்கொடுத்துதான் புலம் பெயர்ந்துள்ள பெண்கள் வாழ நேர்ந்தது. இவை குறித்து அவ்வப்போது நடந்த பெண்கள் சந்திப்புகளில் அவர்கள் பேசியும் உரையாடியும் உள்ளனர். இந்த அனுபவங்களை எழுத்தாகவும் வடித்துள்ளனர்.

என்றாலும் வேற்று நாட்டில் அவர்கள் அறிய நேர்ந்த வேறுவேறான விஷயங்கள் அவர்களின் அரசியல், அகவுலகம் ஆகிய இரண்டையும் எவ்வகைகளில் பாதித்தன என்பது குறித்து நம்மிடையே எழுத்துகள் அதிகமாக இல்லை. குறிப்பிட்ட நாட்டுக்கு புலம்பெயர்ந்திருந்த ஆப்பிரிக்க, லத்தீன் அமெரிக்க நாடுகளை சேர்ந்தவர்களின் எழுத்துகள், அவர்கள் முன்னெடுத்த முற்போக்கு அரசியல் ஆகியன தமிழர்களின் மீது எத்தகைய தாக்கத்தை ஏற்படுத்தின? அவர்கள் வாழ்ந்த நாட்டின் வெள்ளை இன மக்களில் வித்தியாசமாக சிந்தித்து செயல்பட்டவர்களின் எழுத்துகளையும் செயல்பாடுகளையும் அவர்கள் எவ்வாறு உள்வாங்கிக் கொண்டனர்? இவை குறித்து நாம் மேலும் ஆய்ந்தறிய வேண்டியுள்ள நிலையில் ஒரு உதாரணத்தை மட்டும் இங்கு நான் சுட்ட விரும்புகிறேன்.

□ □ □

சில ஆண்டுகளுக்கு முன் கருப்புப் பிரதிகள் உகாண்டா நாட்டை சேர்ந்த சைனா கெய்ரெற்சி என்ற பெண் எழுத்தாளரின் வாழ்க்கை குறிப்பான குழந்தை போராளி என்ற நூலை வெளியிட்டது. ஜெர்மன் மொழியிலிருந்து மொழியாக்கம் செய்யப்பட்ட அந்த நூல் உகாண்டாவில் நடைபெற்று வந்த உள்நாட்டுப் போரில் வலுக்கட்டாயமாக இணைக்கப்பட்டிருந்த

சிறார்களின் வாழ்க்கையை ஆரவாரமின்றி பதிவு செய்திருந்தது. போர், போராட்டம் என்றாலே வீரம், வீரமரணம், தியாகம் என்று எண்ணும் இந்திய, இலங்கை தமிழ்ச் சமுதாயங்களில் போர் என்பதன் உள்ளார்ந்த, நாசகரமான அபத்தத்தை குழந்தைப் போராளி சுட்டிக் காட்டியது.

ஐக்கிய நாடுகள் சபையின் குழந்தைகள்சார் அமைப்புகளின் முயற்சிகளும், போர்களே இனி கூடாது என்ற அரசியல் நிலையைக் கொண்டுள்ள ஐரோப்பிய சிவில் சமுதாய அமைப்புகளின் முன்னெடுப்புகளும், ஜெர்மனியின் லூதரன் சபையார்களின் அக்கறையும் சைனாவின் அனுபவங்கள் எழுத்து வடிவம் பெற உந்து சக்திகளாக அமைந்தன. சைனாவின் நூல் முதன்முதலில் அவளுக்கு தஞ்சமளித்த டென்மார்க் நாட்டின் மொழியான டேனிஷ் மொழியில் வெளிவந்தது. பிறகு ஜெர்மன், பிரெஞ்சு, ஆங்கிலம் என்று பல்வேறு மொழிகளில் வெளியிடப்பட்டது. இலங்கை தமிழரான தேவா இந்த நூலை தமிழுக்குக் கொண்டு வந்தார். அப்படிச் செய்கையில் அவர் ஒரு நூலை மட்டும் அறிமுகப்படுத்தவில்லை. நம் சூழலில் நாம் பேசாத, பேச விரும்பாத விஷயங்களை பேசுவதற்கான தளத்தை அமைத்துக் கொடுத்தார். தமிழ் தேசிய இராணுவங்களில் வலுக்கட்டாயமாகவும் தாமாகவும் குழந்தைகள் சேர நேர்ந்த அவல வரலாற்றை நினைவுக் கொள்ள இந்த மொழியாக்கம் உதவியது. இவ்வகையில் நமது பொது உளவியலில் ஒரு சின்ன உடைப்பை இந்த நூல் ஏற்படுத்தியது என்றுகூட சொல்லலாம்.

புலம் பெயர்ந்த நாடுகளில் இலங்கைத் தமிழர்கள் பெற்ற படிப்பினைகளை அவர்களின் எழுத்துகள் மட்டுமே பதிவு செய்ய வேண்டியதில்லை. அவர்கள் தேர்ந்தெடுத்து மொழியாக்கம் செய்ய நினைக்கும், மொழியாக்கம் செய்யும் நூல்களும் கூட அவர்களின் அக்கறைகளை வெளிபடுத்துவனதான் என்பதை இத்தகைய மொழியாக்க முயற்சிகள் நமக்கு உணர்த்தியுள்ளன. இவ்வகையில், தமிழில் நேரடியாக எழுத இயலாத, அல்லது எழுத விரும்பாதவற்றை மொழியாக்கங்கள் மூலம் சொல்வது முக்கிய இலக்கிய உத்தியாகும், செயல்பாடுமாகும்.

▫ ▫ ▫

இப்படியான பின்னணியில் பானுபாரதியின் இந்த மொழியாக்கத்தை வாசிக்க நாம் முற்படலாம். அய்ந்து கவிஞர்களின் படைப்புகளை அவர் மொழிப்பெயர்த்துள்ளார். இவர்களின் மூவர் பெண்கள். பெண் விடுதலை, சமத்துவம் ஆகியவற்றில் அக்கறையும் நாட்டமும் உள்ள கவிஞர்கள். வாழ்தலின் அனைத்து அம்சங்களிலும், பொது நலன், பொது நீதி தொடர்பான அனைத்திலும் பெண்ணிய பார்வையை செலுத்தி எழுதியவர்கள். அரசியல் அறைகூவலாகவோ, வாதமாகவோ ஒலிக்கக்கூடியவற்றை கவித்துவமாக வெளிபடுத்தியவர்கள். பெண்ணிய அரசியலுக்கான கவிதை மொழியை தேடி எழுதியவர்கள். காதலின் போலித்தனம், இளமையின் போதாமைகள், முதுமை உண்டாக்கும் தனிமை, இவை பற்றி எழுதும் போதும் சரி, சமத்துவம், சுயமரியாதை, தார்மீக கோபாவேசம் ஆகியவற்றை வெளிபடுத்தும் போதும் சரி, இவர்கள் மொழி கவிதை, கருத்துநிலை அல்ல.

வயோதிகம் ஏற்படுத்தும் தனிமையை, அந்நியமாதலை சுட்டும் இந்த வரிகளின் எளிமையே அவற்றுக்கான கவித்துவதத்தை வழங்குகின்றன.

எனது சர்வாங்கமும்
திருமணத்தினால் ஆக்கிரமிக்கப்பட்டுக் கிடந்தது
இதுவே எனது வாழ்க்கையாய் இருந்தது
அந்த நாளெல்லாம் நான் வாழ்ந்தேன்
ஆனால்
நான் அறிந்திருக்கவில்லை
ஓய்விற்காக நான் ஏங்கினேன் என்று

காலம் கனிந்து முதிர்ந்து காட்சியளிக்கும் தன்மையை மற்றொருவர் இவ்வாறு சித்தரிக்கிறார். இந்த எழுத்தும் எளிமையானதுதான். ஆனால் நேரடிப் பேச்சல்ல. மாறாக, பூடகமான சொற்களால் ஆனது. கவிதையின் தலைப்பே இதற்கு சான்று - கார்த்திகையாள். இங்கு பானுபாரதியின் கவிநயத்தை நாம் மெச்ச வேண்டும். மழையும் காற்றும் கொண்ட இந்திய, இலங்கை கார்த்திகை நாட்கள் நம்மில் கிளர்த்தும் களிப்பார்ந்த துயரம், கவலை, இந்த உணர்ச்சிகள் ஏற்படுத்தும் சலனங்கள் - இவற்றை ஐரோப்பிய இலையுதிர்க் காலத்தின் மீது சுமத்தி அந்தப் பருவ

காலத்தை நமக்கானதாக இந்தத் தலைப்பு உருமாற்றுகிறது. நார்வே நாட்டின் பருவகாலத்தை வருணிக்கும் வரிகளை அவர் மொழியாக்கம் செய்துள்ள விதம் அலாதியானதாக உள்ளது. நார்வீஜிய, தமிழ் மொழிகளை உள்ளடக்கிய, ஆனால் அவற்றை கடந்த மூன்றாவது மொழியாக நம்மை வந்தடைகிறது.

கார்த்திகையாள்
நம்பிக்கைகளைத் தொலைத்துவிட்ட
வயதான பெண்ணவள்
மிகவும்
நேசத்துக்குரியதான சூரியன்
அவளை விட்டுச் சென்ற பின்னர் - ஒரு
சாம்பல் நிற ஆடையை
தனது மெலிந்த தோல்களில்
போர்த்திக் கொள்கின்றாள்
அவளது முகம்
தனிமையால் இறுகிப் போயுள்ளது

பானுபாரதி மொழியாக்கம் செய்துள்ள பெண் கவிஞர்களின் கவிதைகளில் பல பெண்ணிய அரசியல் கருத்துலகத்தை பின்புலமாகக் கொண்டவை. பெண்களின் அந்தரங்க உலகில் ஆண்கள் நுழைந்து அதை கலைத்துப் போடுவதை பேசும் கவிதைகளும் இவற்றில் அடங்கும். இவை தீர்மானகரமான அரசியலை பேசுவன அல்ல. விடுதலை அரசியலானாலும் அது வென்றெடுக்கப்பட வேண்டும் என்பதை தெளிவுப்படுத்துபவையாகவே உள்ளன.

எங்கள் காலடியின் கீழ்
பேரிடியின் ஓசை அதிர்கின்றது
அடுத்தக் கணமே பாதாளத்தில் வீழ்ந்திட நேரலாம்
எனினும்
நாங்கள் அதனை விரும்பவில்லை
இந்த பூமி எங்களுடையதும்
எங்கள் குழந்தைகளுடையதும் - எனவே
நாங்கள் ஒரு போதும்
வீழ்ந்து போவதை விரும்பவில்லை

இந்த தொகுப்பில் இடம் பெற்றுள்ள ஆண் கவிஞர்களின் எழுத்தும் ஆராவாரமற்ற எழுத்துகளாகவே உள்ளன. வலி என்ற தலைப்பிட்ட கவிதைகளாக இருக்கட்டும், ஒரு கோதுமை மணியளவு உண்மையை தேடும் கவிதையாகட்டும் - இவையும், இவைப் போன்று வாழ்க்கை அனுபவங்கள், மனத்தெளிவு நோக்கிய தேடல் ஆகினவற்றை பேசும் கவிதைகளாக இருக்கட்டும், இவை வாசகருடன் உரையாடும் தொனியில், சன்னமான குரலில் பேசுவனவாக உள்ளன. விடுதலை அரசியலை தேடும் பெண்ணிடம் "ஒடுக்குமுறையாளனின் நிழல் என் மீது படிந்துள்ளது" என்று பாவ மன்னிப்பு கேட்கும் வார்த்தைகள் இங்கு மொழியாக்கம் செய்யப்பட்டுள்ளன. காதலனை தோழமையான காதல் வாழ்க்கைக்கு அழைக்கும் பெண்ணாகப் பேசும் ஆணின் சொற்களும் இங்குண்டு.

> "உனது ரோஜாவென்று என்னை அழைக்காதே
> குளிருறைந்த இரவில்
> உனது ஒளியென்று என்னை அழைக்காதே
> நாமிருவரும் இணைந்திருப்போம்"

இந்த கவிதைகளை பானுபாரதி ஏன் தேர்ந்தெடுத்தார் என்ற கேள்விக்கான விடைகளை அவரின் கவிதைகளிலிருந்து பெறுவது பொருத்தமாக இருக்கும்.

□ □ □

"**அ**ந்நிய மண்ணில் அந்நியமானதொரு வாழ்தலுக்காய்" கால்கள் பதித்த போது யுத்த பூமியின் செய்திகள்தான் அவரின் மனதை, கற்பனையை அக்கிரமித்திருந்தன. என்றாலும் அவர் அடைந்த வெளியானது அவரின் சுயம், மனது, சிந்தனை ஆகியவற்றை அவற்றை கட்டுப்படுத்தியிருந்த தளைகளிலிருந்து விடுவிக்க வழிவகுத்தது. நார்வே நாட்டின் பண்பாடு இதை செய்ததா அல்லது அவரின் முயற்சி, செயல்கள் இதை சாதித்தனவா என்ற கேள்வி ஒருபுறமிருக்க தளைகள் நீங்கிய மனுஷியாக அவர் வாழ நேர்ந்த அனுபவத்தை 'பிறத்தியாள்' தொகுப்பில் உள்ள பல கவிதைகள் பேசுகின்றன - "வலிவுடைய மனுக்கள்", "மீண்டும் எனதுலகம்" ஆகிய கவிதைகள் இவற்றில் முக்கியமானவை. தனி வாழ்க்கை என்றளவில் மட்டுமின்றி அரசியல், ஆன்மீக வெளிகளை வரம்பிட்டவற்றையும் அவர் புறந்தள்ளி வாழத்

துணிந்தார். அதற்கு சிறந்த சாட்சியம் வாக்களிக்கப்பட்ட பூமியும் ஏழாற்றுப் படுகை நடந்த வழியும் என்ற கவிதை.

ஓ யேசுவே!
கட்டப்படாத கைகளோடும்
விலங்கிடப்படாத கால்களோடும்
பிரபஞ்சமே சொல்கிறதுன்
பயணத்தோடு மலையுச்சியையும்

படுகையின் பயணம் கண்டு
சாட்சி சொல்ல எவருமிலர்

இவ்வாறுதானே
நிகழ்ந்தேறியதென் படுகையின் பயணம் (பிறத்தியாள், ப. 67-68)

...

சவப் பெட்டிகளுக்கான விலையும்
பூமியெங்கும் கடலை கட்டி
கொத்துக் கொத்தாய் கொள்ளியிட்டதற்கு
கொடுக்கப்படாத கூலியும்
கூக்குரலிடுகின்றன

விரலைப்பற்றி விலாவாரியாக
பட்டிமன்றங்கள்

கம்பிக் கூட்டினுள்,
முறிக்கப்பட்டது போக
எஞ்சியுள்ள விலா எலும்புகளை
வேற்றுக்கிரகத்தில் இருக்குமொருவன்
எண்ணிக் கணக்கெடுத்துச் சொல்கிறான்
தீவனம் கொஞ்சம் போதாது என்று

போதும்
அலையெறிந்து கரை தழுவ
ஆர்ப்பரித்து வலைகள் மொள்ள
எனதாற்றுப் படுகை
விட்டெறிந்து வீசட்டும் (பிறத்தியாள், ப. 69)

தவிரவும் புலம்பெயர்ந்த பூமியில் தான் சொல்ல வந்தவற்றை திண்மையான, கவியாற்றல் மிக்க மொழியில் சொல்லும் சொல்வளத்தை அவர் பெருக்கிக் கொண்டதாக தெரிகிறது. "அஞ்சறைப் பெட்டியில் நிறைந்த நீரும் நெருப்பும்", சாதியின் பிடியில் அகப்பட்டு கடத்தப்பட வேண்டிய பெண்களின் வாழ்வனுபவங்களை தொன்ம மொழியில், நகைமுரணுடன் பதிவு செய்யும் இந்தக் கவிதை அலாதியானது.

"வாளெடுத்த பெண் தெய்வங்களெல்லாம்
நிலத்தடியிலும், அருவியிலும்,
கடலிலும் சங்கமமாகி
சாதிக்கொரு பிள்ளைப் பெற்றுக் கொண்டன

அதற்காக
அஞ்சறைப் பெட்டியிலிட்டு
ஆளுக்கொரு கற்பும் பரிசாகத் தரப்பட்டன" (பிறத்தியாள், ப. 20)

"ஆண்மைக் கொல்" என்ற கவிதையில் உறவுகள் வக்கிரித்து போனதை விளக்கவும் அத்தகைய உறவுகளை மாற்றியமைக்கவும் சமையற்கட்டின் மொழி கையாளப்பட்டது.

"அம்மிக்கல்லில் அடித்து நொறுக்கப்படும்
சிதறு தேங்காய் போல்
உனதாண்மை நொறுக்கப்படும் போது
வோட்காவிலும் பியரிலும்
கரைந்து போன கணங்களிலிருந்து
எனக்கான பதில் கண்டடையக் கூடும்

அல்லது
இரத்தமும் வியர்வையும் தெறித்துச் சிதற
ஆண்மையை
அறுத்தெறியும் திராணியுண்டாயின்
வா பேசுவோம்
சுதந்திரமான வார்த்தைகளின் அக்களிப்போடு" (பிறத்தியாள், ப. 18)

இலங்கையின் உள்நாட்டுப போரின் பாதிப்புகள், இந்திய அமைதி காக்கும் படை விட்டு சென்ற வன்மம், மரணங்கள், வன்கொடுமைகள் பற்றிப் பேசும் கவிதைகளில் பல புலம்பெயர்

சூழலில்தான் எழுதப்பட்டன. இவையுமே தீவிர உணர்வுகளை கட்டுபாடான மொழியில் வெளிப்படுத்தின.

அழுத்தமாக ஆனால் எந்தவித ஜோடனையுமின்றி, பகட்டுமின்றி, பொருள் பொதிந்த சொற் பயன்பாடு மூலம் மட்டுமே அந்தரங்கத்தையும் அரசியலையும் இணைத்துப் பேசும் அவரின் கவிதைகள் நார்வே நாட்டிற்கு அவர் வந்த பிற்பாடு தனக்கான தோழமை மொழியுலகத்தை நோக்கிச் சென்றன.

ஆண்-பெண் உறவு நிலைகளில் அவர் காண விழைந்த நீதி, கனிவு, அரசியல் உலகத்தில் இறுதியான இலக்கு என்பது தேசியமும் அல்ல, பொதுவுடைமையும் அல்ல, கண்ணுக்குப் புலப்படாத, லேசில் கைக்கூடாத விடுதலை மட்டுமே என்ற அவரின் கணிப்பு - இவற்றை பேசும் கவிதைகளை அவர் மொழியாக்கம் செய்துள்ளார் என்பது குறிப்பிடத்தக்கது. ஆண்-பெண் சமத்துவத்துக்கு ஆண்மை இடையூறாக உள்ளதை சுட்டிக்காட்டும் அவரின் மனநிலைக்கு நெருக்கமான கவிதைகளையும் அவர் மொழிபெயர்த்துள்ளார்.

பானுபாரதியின் மொழியாக்கங்கள் அவருடைய அக்கறைகளை வேறு வார்த்தைகளில் வெளிபடுத்த உதவியதாக கொள்ளலாம். நார்வே நாட்டில் வாழ வந்ததற்குப் பிறகு பானுபாரதியின் போராட்டங்கள் குறித்து நம்மால் அறிய முடியவில்லை. என்றாலும் தஞ்சம் புகுந்த நாட்டின் மொழியை பயின்று அதில் வழங்கும் இலக்கியத்தை அவர் மொழியாக்கம் செய்ய வந்ததால், வாழ வந்த வெளியில் அவர் தனக்கான வாழ்விடத்தை உறுதி செய்து கொண்டுள்ளார் என்று கொள்ளலாம். அந்நிய மொழியை நம்பிக்கையுடன் கையாளும் போது அந்த மொழியில், அது புழங்கும் வெளியில் ஒருவருக்கான இடம் உத்தரவாதம் பெறுகிறது. இதனால் தான் தன்னுடைய பயணத்தில் கடந்து வந்தவற்றை ஏதோவொரு வகையில் பேசும் கவிதைகளை பானுபாரதி மொழிபெயர்க்க வந்தார். தான் மீட்டெடுத்த வாழ்க்கை வேர்களை தமிழ் இலக்கியத்தடத்தில் அவர் கடத்தியுள்ளதாக கொள்ளலாம்.

இவ்வகையில் சிலர் சொல்வது போல மொழியாக்கம் செய்வது என்பது துரோகச் செயலாக அறியப்பட வேண்டியதில்லை. நட்பை, தோழமையை, குறிப்பாக பெண்களுக்கு இடையில்

தொழிற்படவல்ல உரையாடலுக்கான செயலாகவும் மொழிபெயர்ப்பு அமையலாம். அப்படி இருக்கும் போது அது தன் நாடு, வேற்று நாடு என்ற வெளிகளை கடந்த மற்றொரு வெளியை நமக்கு இனங்காட்டுகிறது. கவிதைகளால் கட்டமைக்கப்பட்ட இந்த வெளி தமிழ் இலக்கிய சூழலை விரிவுப்படுத்தும் என்பதில் சந்தேகமில்லை.

சென்னை **வ. கீதா**

மொழிபெயர்ப்பாளரின் முன்னுரை

மொழிபெயர்ப்பாளர்கள் துரோகிகள் என்கிறது இத்தாலியப் பழமொழி ஒன்று. அத்தகைய துரோகத்தை செய்யத் துணிந்து வருடங்கள் பலவாகின்றன. ஒவ்வொரு தடவையும் பல்வேறு பட்ட காரணிகளினால் தொகுப்பாக்க முயற்சிகள் சாத்தியமற்றுப் போயின. நோர்வே வந்த புதிதில் கற்றுக் கொண்ட மொழிவடிவம் *bokmaal* ஆக இருந்தமையும், அநேகமான கவிதைப் பிரதிகள், இங்கு பயன்பாட்டிலுள்ள மொழிவடிவங்களில் ஒன்றான *Nynorsk* வடிவத்தில் இருந்தமையினாலும் அவற்றை மொழிமாற்றம் செய்யும்போது மிகுந்த சிரமங்களை எதிர்கொள்ள வேண்டி இருந்தது. எழுதி முடித்த கவிதைகளை திரும்பத் திரும்ப செப்பனிட வேண்டிய தேவை இருந்தது. அத்தோடு ஒவ்வொரு தடவையும் அகராதியையும் புரட்ட வேண்டி இருந்தது. கூடியவரையில் மூலக் கவிதைகளின் கருத்துகள் சிதையாமல் இருக்க முயற்சித்திருக்கின்றேன்.

நோர்வேயினது மொழி வரலாறானது 700 களிலிருந்து, பல மாற்றங்களுக்கு உட்பட்டே வந்துள்ளது. அந்தந்த காலப் பகுதியில் ஏற்பட்ட அரசியல் கால வர்த்தமானங்களுக்கேற்ப நோர்வேஜிய மொழியும் தன்னை தகவமைத்துக் கொண்டே வந்துள்ளது. நோர்வேயில் நீண்ட காலமாக டெனிஷ் மொழியே அதிகார பூர்வமான எழுத்து மொழியாக இருந்தது. சுதந்திரமான ஒரு தேசத்தைக் கட்டியெழுப்புதல் என்ற சிந்தனையின் விளைவாக, சுயாதீனமான நோர்வேஜிய எழுத்து மொழியின் தேவை பற்றிய விவாதம் தொடங்கியது. 18 ஆம் நூற்றாண்டில் கவிஞரும் மொழி

ஆய்வாளருமான "ஈவார் ஓசென்" (Ivar Aasen) நோர்வேயினது கிராமங்கள் தோறும் பயணித்து மக்களால் பேசப்படுகின்ற பேச்சுவழக்கு மொழிக் கூறுகளை ஒன்று திரட்டி ஆராய்ந்து புதிய ஒரு மொழி வடிவத்தினை (Nynorsk) உருவாக்கினார். இன்னொரு பக்கம் 18 ஆம் நூற்றாண்டின் நடுப்பகுதியில் இருந்து நோர்வேஜியக் கவிஞர்கள் அப்போது வழக்கிலிருந்த டெனிஷ் மொழியுடன் நோர்வெஜியச் சொற்களை இணைத்து கவிதைகளைப் படைத்தனர். அதன் தொடர்ச்சியாக, டெனிஷ் எழுத்து மொழியின் அடிப்படையில் சுயாதீனமான மொழி வடிவம் வாதப் பிரதி வாதங்களுக்கு மத்தியில் உருவாக்கம் பெற்றது. அந்த மொழி வடிவம் இன்று அதிகார பூர்வமான மொழிவடிவங்களில் ஒன்றான Bokmaal எனப்படுகின்றது. நோர்வேஜிய மக்கள் தொகையில் 90% மக்கள் Bokmaalஐ பயன்படுத்திய போதிலும், Nynorsk மொழி வடிவத்தினது இருப்பும் உறுதியாகவே உள்ளது. இந்த இரண்டு மொழி வடிவங்களினது பயன்பாடுகள் குறித்த வாதப் பிரதிவாதங்கள் இன்றும் தொடர்ந்த வண்ணமே இருக்கின்றது. இத்தகைய மொழி சீர்திருத்தத்தை எதிர்ப்பவர்களும் இங்குள்ளனர். நோர்வேயினது மொழி பற்றிய மிகச் சுருக்கமான குறிப்பு இது.

கவிஞை 'மரிய தக்வாம்' இனது கவிதைகளோடுதான் எனது மொழி பெயர்ப்புப் பயணம் தொடங்கியது. முதன்முதலில் அவரது கவிதைகள் இரண்டினை மொழி பெயர்த்திருந்தேன். அவை உயிர்நிழல் இதழில் (உயிர்நிழல் தை - மாசி 2006) வெளிவந்திருந்தன 'இங்கர் ஹாகரூப்'னுடைய போர்க்காலக் கவிதைகளும், விடுதலைப் போரில் அவரது பங்களிப்பும், கவிதைகளில் அவர் பிரதிபலித்த பெண்ணொடுக்குமுறைக்கு எதிரான கதைகளும் அவரது எழுதுக்களோடான ஈர்ப்பை ஏற்படுத்தின. இங்கர் ஹாகரூப்பிற்கு கிடைத்த அங்கீகாரம் போன்று கவிஞர் மரிய தக்வமிற்கு ஆரம்பத்தில் கிடைக்கவில்லை என்றே கூற வேண்டும். 2008 இல் அவரது இறப்பிற்குப் பின்னரே அவரது படைப்புக்கள் குறித்து பரவலாக பேசப்பட்டது. ஆரம்பத்தில் இந்த இரு பெண் ஆளுமைகளின் கவிதைகளில் சிலவற்றை மொழிமாற்றம் செய்து முடித்திருந்த போது மொழிபெயர்த்தல் மிகவும் இலகுவானது என்று தோன்றியது. தொடர்ந்து கவிதைகளை மொழிமாற்றம் செய்ய முயற்சித்தபோதுதான் மொழிபெயர்ப்பிலுள்ள சிக்கல்கள்

புரியத் தொடங்கியன. சில கவிதைகளை எந்த சிரமமும் இல்லாமல், அதிக நேரமும் எடுக்காது மொழிமாற்றம் செய்ய முடிந்த போதும், பல கவிதைகளோடு மிகவும் சிரமப்பட வேண்டி இருந்தது. சிலவேளைகளில் அதுவே நாட்களாக, மாதங்களாக, வருடங்களாகவும் ஆகியிருக்கின்றது. தவிரவும், உலகம் முழுமையும் பெண்ணொடுக்குமுறையின் மொழி இன, மத, மொழி, தேசங்கள் கடந்து ஒன்றாகவே உள்ளது என்ற புரிதலை இந்தக் கவிதைகள் தந்திருந்தன. நோர்வே வந்த ஆரம்ப காலங்களில், மொழி கற்கும் வகுப்புகள், தொழிற்பயிற்சிக் கூடங்கள், வேலைத்தலங்களிலும் வெளிநாட்டுப் பெண்களிடம் "நீங்கள் ஒரு ஆணாதிக்க சமூகத்திலிருந்து வந்துள்ளீர்கள், நோர்வேயில் பெண்கள் பெற்றுள்ள விடுதலை குறித்து என்ன உணர்கிறீர்கள்?" என்று கேட்கப்படும் கேள்விகளுக்குப் பின்னால், இப்போது நோர்வேயில் பெண்கள் அனுபவித்துக் கொண்டிருக்கும் சுதந்திரத்திற்கு முன்னதான ஒடுக்குமுறையின் வரலாறும், அதற்கெதிரான நோர்வேப் பெண்களது போராட்ட வரலாறுகளும் வெளிப்படுத்தப்படுவதில்லை. இந்தத் தொகுப்பில் சேர்க்கப்பட்டுள்ள பெண்கள் பிரச்சனையை வெளிப்படுத்தும் கவிதைகளோடு எனக்குப் பிடித்த, என்னை ஈர்த்த கவிதைகளையும் மொழிபெயர்த்துள்ளேன்.

நீண்ட காலமாகவே இந்தப் பிரதியைக் கொண்டு வருவதில், சற்றும் மனந்தளராமல் முயற்சி செய்த கருப்புப்பிரதிகள் தோழர்கள் அமுதா, நீலகண்டனுக்கு என் அன்பு கலந்த நன்றிகள். அவ்வப்போது நோர்வேஜிய மொழியில் ஏற்படுகின்ற மொழிச்சிக்கல், சொற்றொடர்களில் ஏற்படுகின்ற இடறல்களில் உதவிய விதுரன், இலக்கியாவிற்கு எப்போதும் என் அன்பு. இந்தத் தொகுப்பிற்கு பொருத்தமான அட்டைப்படத்தினை தேடித் தேர்ந்தெடுத்துத் தந்த தமயந்திக்கும் நன்றிகள். அடிக்கடி தொலைபேசியில் அழைத்து தொகுப்பு எப்போது வருமென அன்புத்தொல்லை தந்த தர்மினிக்கும் என் நன்றிகள். எனது எல்லாத் தருணங்களிலும் என்னோடு உடனிருக்கும் என் சிநேகிதி ரெஜிக்கு என்றும் என் அன்பு.

பானுபாரதி

மரிய தக்வாம்

Marie Takvam

6.12.1926 – 28.01.2008

Skylstad, Norway

மரிய தக்வாம்/Marie Takvam

நோர்வேஜிய முன்னணிக் கவிஞரான மரிய தக்வாம் (*Marie Takvam*) 1926 ஆம் ஆண்டு டிசம்பர் மாதம் 6 ஆம் திகதி நோர்வேயின் வடகிழக்குப் பகுதியில் ஒர்ஸ்ரா என்னும் சிறு கிராமத்தில் பிறந்தவர். 1952 இல் இவரது முதல் கவிதை வெளியீடான "ஏழு நட்சத்திரங்களின் கீழ் திருமுழுக்கு" பிரசுரமானது. 1952 ஆம் ஆண்டிலிருந்து 1997 ஆம் ஆண்டுகளுக்கிடையிலான காலப்பகுதியில் 13 கவிதைத் தொகுப்புகளையும், இரண்டு நாவல்களையும், சில நாடகப் பிரதிகளையும் படைத்துள்ளார். 97 இற்கும் 81 இற்கும் இடைப்பட்ட காலப்பகுதியில் நான்கு திரைப்படங்களிலும் நடித்துள்ளார். வாழ்க்கையோட்டம், காதல், மனிதப் பருவங்கள் போன்ற விடயங்களை தனது கவிதைகளின் கருப்பொருளாய்க் கொண்டிருந்தார். இவரது அநேகமான படைப்புக்கள் சமூகத்தைப் பற்றிய கடும் விமர்சனங்கள் கொண்டதாய் விளங்குகின்றன. பொதுவாக மரியாவின் எல்லாக் கவிதைகளும் வாழ்வுக்கும், மரணத்துக்குமிடையிலான போராட்டத்தை வெளிப்படுத்துகின்றன.

2008 தை 28 இல் தனது 82 ஆவது வயதில் மரிய தக்வாம் காலமானார். அவரின் அதிதீவிர வாசகியும், பெண்நிலைவாதியுமான மரியான் ஸெய்டே அவர்கள் உயிர்மெய் இதழுக்காக (தை - ஆனி, 2008) அதே வருடம் எழுதிய நினைவுக் குறிப்பு இது. இந்தக் குறிப்பை எழுதும்போது மரியான் ஸெய்டே ஒலசுண்ட் நகர பொது நூலகப் பொறுப்பதிகாரியாக பணி புரிந்தார். தற்போது வொல்டா உயர்நிலைப் பள்ளியின் நூலகப் பொறுப்பாளராகப் பணி புரிகின்றார். அவசியம் கருதி இந்த நினைவுக் குறிப்பு இங்கே இணைக்கப் பட்டுள்ளது.

உன்னத சங்கீதம்
ஒரு வாசகியின் குறிப்பு

மரியான் ஸெய்டே/Mariann Schjeide

நோர்வேயின் கவிஞரும், பாடலாசிரியர்களில் ஒருவருமான மரிய தக்வாம், தை மாத (2008) இறுதியில் காலமானார். நோர்வேயின் கிழக்குப் பகுதியிலுள்ள குன்றுகளடர்ந்த குடாக்கடலும் மலைகளும் சூழ்ந்த இயற்கை வனப்பு இளவயதிலேயே அவரை ஒரு கவிஞராக ஆக்கி விட்டிருந்தது. மிகுந்த வாசிப்பும் தேடலும் கொண்ட குடும்பப் பின்னணியிலிருந்து வந்த அவரை தாயாரே எழுத்துலகில் காலடி பதிக்க ஊக்குவித்தவர். தனது கிராமத்திலே கல்விப் பொதுத்தகமைப் பரிட்சையில் முதலில் தேர்ச்சி பெற்றவர்.

சிறிது காலங்களின் பின்னர் ஒஸ்லோவில் உளவியல் கல்வியை மேற்கொண்டார். திருமணமாகி இரண்டு குழந்தைகளுக்கும் தாயாகிய பின் கல்வியைத் தொடரக் கூடிய சாதகமான சூழல் குடும்பத்தில் இருக்கவில்லை. 1952 இல் *"ஏழு நட்சத்திரங்களின் கீழ் திருமுழுக்கு"* என்னும் தனது முதலாவது கவிதைத் தொகுதியை வெளியிட்டார். எனினும் இந்த வேளையில் கவிஞர் இளமையானவர், அழகானவர் என்கின்ற விடயமே பலரையும் கவர்ந்திருந்தது. ஆனால் இந்த இளம் கவிஞருக்கோ வெளித்தோற்றம் பற்றிய மற்றவர்களின் மதிப்பீட்டை விட வேறு விடயங்களே முக்கியமானதாக இருந்தன.

அவரது எழுத்துக்கள் பலதரப்பட்ட விடயங்களை மையப் பொருளாகக் கொண்டிருந்தது. அவரது படைப்புகளுக்குள்ளே பிரசித்தி பெற்றவை சிறிதுகாலம் தோன்றி மறைகிற நிரந்தரமற்ற வாழ்வைப் பற்றிய எழுத்துக்கள்தாம். இவர் தனது நாற்பதாவது வயதை எட்டுவதற்கு முன்னரே முதுமையை உணரத் தொடங்கி விட்டார் எனலாம். குடும்ப சொந்த

பந்தங்களுக்கிடையிலான உறவுமுறை குறித்து மிக அழகாகவும் மிக ஆழமான புரிதலுடனும் எழுதியுள்ளார். குழந்தைகள் பெற்றுக் கொள்வதைப் பற்றியும், ஒரு தாயாக இருப்பது பற்றியும், அருமையான கவிதைகளைப் படைத்திருக்கும் மரிய தக்வாம் தனது காலத்தைய பெற்றோர்களுக்குப் பிள்ளைகளாக இருப்பது குறித்தும் எழுதியுள்ளார். தனது மகள் பிறந்த பின்னான கவிதையொன்றில் இவ்வாறு எழுதுகின்றார்.

எங்களது
நேசமிகு பூமித்தாயின் மடியில்
தவழ்கிறாய்
நீ
எங்களது மகளென்று
யார் நம்பக் கூடும்
உனது கண்கள்
வடதுருவத்து நட்சத்திரங்களைப் போன்று
ஒளிர்கின்றது
கடலினுள் நாங்கள் கொட்டிய
எண்ணங்களைப் போன்று
உனது பாதங்கள் விரைகின்றன.

கவிதைகளில் அவர் வெளிக்கொணர்ந்த காதல், காமம், நேசம், கோபம், துன்பம் போன்ற விடயங்கள் அவரது சொந்த வாழ்வின் அனுபவங்களாகும். அதனால் கவிதைகள் மிகவும் கடுமையானதாகவும் முடிவற்றதுமான தன்மைகளைக் கொண்டிருந்தன. பத்திரிகைகளுடனான தனது சொந்த வாழ்வு பற்றியதான அவரது வெளிப்படையான பேச்சும், தனது சொந்த வாழ்வைப் போலவே கவிதைகளிலும் கொண்டிருந்த வெளிப்படைத் தன்மையும் பலருக்கு இவர் மீதான அதிருப்தியை ஏற்படுத்தியது. இதனாலேயே மிகக் கடுமையான விமர்சனங்களுக்கு ஆளாகினார். இவை பின்னாளில் அவருக்கு உளவியல் ரீதியான பாதிப்புகள் ஏற்படுவதற்கு காரணமாயிற்றெனலாம்.

அவர் எழுதிய "தாயின் குரல்" என்ற கவிதை என்னை மிகவும் பாதித்த கவிதையாகும். இந்தக் கவிதை நான் வேலை செய்யத் தொடங்கிய நாளிலிருந்து எனது அலுவலகத்தின் சுவரில், எனது இருக்கைக்கு முன்பாக என்னோடு பேசிக் கொண்டே

இருக்கின்றது. நான் பத்தொன்பது வயதாக இருக்கும்போது எனது தாயாரை இழந்து விட்டேன். எனக்கும் கவிஞை தக்வாமிற்கும் இடையிலான புரிதல் எமது அன்னையரைப் பற்றிய ஏக்கத்தின் பாற்பட்டதென்றே நான் கருதுகின்றேன்.

... காற்றினூடு
உனது குரலைக் கேட்கின்றேன்
சூரியனது
ஒளிக் கிரணங்களிலும்
பறவைகளின்
பாடும் ஒலியிலும்
உனது குரலை நான் உணருகின்றேன்.
எனது
நாடித் துடிப்பினூடு
என்னோடு நீ வாழ்கிறாய்...

நான் நினைக்கின்றேன் ஒரு தாய்க்கும் மகளுக்குமான உறவின் ஆழம் உலகம் முழுமைக்கும் எல்லாக் காலத்திலும் ஒன்றாகவே இருக்க முடியும். தனது வாழ்நாளின் இறுதிக் காலங்களை உளவியல் பிரச்சனை கொண்டோருக்கான முதியோர் இல்லத்தில் கழித்தார். முதுமை காரணமாக அவரது ஞாபக சக்திகள் பாதிக்கப்பட்டிருந்தாலும் அவரது குழந்தைப் பருவத்து நினைவுகள் அவருக்குள் ஆழமாக இருந்ததென்றே கூறவேண்டும். அவரது படுக்கைக்கு மேலாக அவரது கிராமத்துப் படமொன்று தொங்கவிடப் பட்டிருந்தது. அவரது குழந்தைப் பருவமும் மலைகளடர்ந்த அவரது கிராமத்தின் அழகும் அவரது நினைவுகளில் ஆழமாகப் பதிந்திருந்தன. குழந்தைப் பருவத்து நினைவுகள் பற்றிய கவிதையொன்றில் இப்படி எழுதுகின்றார்.

... அவ்வப்போது எழுகின்ற
எனது குழந்தைப் பருவத்து நினைவுகள்
உலகத்துக்கு தடை விதிக்கப்பட்ட
மலையுச்சியைத் தொடுதல் போன்றுள்ளது
மலையடிவாரத்தில் ஏற்படுகின்ற
பனிச்சரிவு
வழியை மறித்து நிற்கின்றது
சாவைப் பற்றி நாம் தெரிந்திருந்தோம்

நான் நிலைத்திருந்தேன்
மலையுச்சி நட்சத்திரங்களைத் தொட்டு விட்டதாக.
நுரை பொங்கும் ஆறு
பச்சைப் பள்ளத்தாக்குகளில் வீழ்கின்றது.
சூரிய ஒளி
பள்ளத் தாக்கில் பட்டுத் தெறிக்கின்றது
பூக்கள் என்னுடன்
நீர் அருந்துகின்றன.

நான் மேலே குறிப்பிட்டது போல மரியவினுடைய நேர்மை பல சந்தர்ப்பங்களில் அவருக்கு பாதகமான சூழலையே தோற்றுவித்தது. அதனால்தானோ என்னவோ கடந்த சில வருடங்களாகத்தான் அவரது பாடல்கள் ஒலிவடிவில் கொண்டு வரப்படுகின்றன. ஒரு குறிப்பிட காலவரையான அவரது விட்டேற்றியான வாழ்வு பலருக்கு கசப்பானதாகவும் ஏற்றுக்கொள்ள முடியாததாகவும் இருக்கின்றது. ஆனால் கவிஞை மரிய தக்வாமினுடைய கடந்த காலம் சமுக ஒழுங்குகள் சட்டதிட்டங்களுக்குட்பட்ட ஒரு சாதாரண பிரஜையினது வாழ்வாகவே இருந்தது. தன்னைப் பற்றி பிறர் கொண்டுள்ள அபிப்பிராயம் பற்றி அவர் கவலைப் படவேயில்லை. அதை அவர் பின்வருமாறு குறிப்பிடுகின்றார்.

> *"நான் கணத்தில் வாழ்ந்தேன். என் கைக்கெட்டிய எல்லாவற்றையும் என்வசப் படுத்திக் கொண்டேன். எல்லோராலும் இதை சாத்தியமாக்க கூடுமென நான் நினைக்கவில்லை"*

- மரியான் ஸெய்டெ

ஒரு பெண்ணின் பணி முடிவடைகின்றது

மரிய தக்வாம்

எனது
குழந்தைகள் எங்கே?
அழகாக ஆடையணிந்து
அந்நிய மனிதர்போல்
என்னிடம் வந்திருக்குமிவர்கள்
இன்று
தங்களது பெயர்களால் அழைக்கப்படுகிறார்கள்.
முன்பொருகால்
இவர்களது பிஞ்சுக்கரங்கள்
எனது
கழுத்தைக் கட்டிக்கொள்ள போட்டியிட்டன
குட்டி இதழ்களென்னை முத்தமிட
ஆவலாய்த் துடித்தன.
ஐந்து தடவைகள்,
ஒவ்வொரு தடவையும் ஒன்பது மாதங்கள்
குமட்டலும், வாந்தியுமாய் அவதிப்படுத்தியது.
சமையல்கட்டின் பல்வேறு வாசனைகள்
என்னை சூழ்ந்துகொண்டு அழுக்குரைத்தன.
கண்ணாடியில் தெறிக்குமென் உருவமோ
பொங்கிய, புளித்த மா போன்றிருக்கும்.
எனது முகம் வெளிறித் தெரிந்து
அடையாளம் தொலைந்து போனது.

ஓ கடவுளே...
படுக்கையறையிலும்
குழந்தைகள் பணியிலும்
எனது காலங்கள் கரைந்தனவே.
எனது இரத்தத்திலும் சதையிலுமிருந்து
ஐந்து உயிர்களை வெளியே தந்தேன்

இன்றோ
ஐந்து அந்நிய மனிதர்களை தரிசிக்கிறேன்.
ஒவ்வொரு பிரசவத்தின்போதும்
உடலம் தளர்ந்து
வலுவிழந்து போயினேன்.
எனது வயிறோ
ஒரு பை போன்று தொங்கியபடி
அடுத்த தடவைக்காக காத்திருந்தது.
எனது மார்புகள்
பசித்த உதடுகளால் உறிஞ்சப்பட்டன.
முலைக்காம்புகள்
கடுத்த புதுப்பற்களால்
கடித்துக் கசிந்தன.
எனது மடி
அழுக்கான உடைகளுடனும்,
அழுகை நிறைந்த குழந்தைகளாலும்
நிரவிக் கிடந்தது.
எனது முகம்
அவர்களின்
முத்தங்களாலும் கண்ணீராலும்
ஈரம் காயாதிருந்தது.

எனது சர்வாங்கமும்
திருமணத்தினால் ஆக்கிரமிக்கப்பட்டுக் கிடந்தது.
இதுவே எனது வாழ்க்கையாயிருந்தது.
அந்த நாளெல்லாம் நான் வாழ்ந்தேன்.
ஆனால்
நான் அறிந்திருக்கவில்லை
ஓய்விற்காக நான் ஏங்கினேன் என்று

இப்போது
ஐந்து மனிதர்கள்
கடமையின் பொருட்டு வந்து விட்டுச் செல்கின்றனர்.
புண்படும் வார்த்தைகளை உதிர்க்கின்றனர்
நான் அதிகமாகத் தொந்தரவு செய்வதாக
முறைப்பாடு செய்கின்றனர்.

நான் எனக்குள்ளே
புதையுண்டு போகாதபடி
எனக்கென்றொரு உகந்த பொழுதுகளை
நான் தேடியாக வேண்டும்.

வாழ்க்கை எப்போதுமே இப்படித்தானா...?

உயிர்நிழல்-22, ஜனவரி 2006

நொடிப்பொழுது

இந்த நொடிப்பொழுது
எதுவுமற்றதான,
வெறுமை கொண்டது அல்ல...
பெரும்பசி கொண்ட புலியைப் போல
கடந்து போன நாட்களை
கூரிய நகங்களால் பற்றிக் கொண்டு
வேட்கையுடன்
புதியதொன்றின் வருகைக்காக காத்திருக்கின்றது.

இந்த நொடிப்பொழுது
யார், என்னவென்ற கேள்விகளற்று
அமைதியாக ஓடிக் கொண்டிருக்கும் அருவிபோல
கட்டறுத்துப் பாய்கின்றது.

இந்தக் கணம் எல்லாமுமானது.
வாழ்வைப்போல முழுமையானது
இங்கே எல்லாமும் நிகழ்கின்றது

பார்வையற்ற குழந்தைகள்
ஒளியிலிருந்து பிறக்கின்றனர்
பார்வையற்ற வயதானவர்களோ
மண்ணுக்குள் புதைக்கப்படுகின்றனர்
மனிதர் கதகதப்பைத் தேடுகின்றனர்
ஆண்கள் தூய்மையற்ற குட்டைகளில்
தாகம் தணிக்கின்றனர்.
மண் படிந்த கைகள்
கோதுமை மணிகளை அளைகின்றன

காடுகள் இரைச்சலிடுகின்றன
எரிமலைக் குழம்பு பாய்ந்தோடுகின்றது.

பெருங்கடல் அலைகளில்
நுரை பொங்குகின்றது
பூமிப்பந்து மிதக்கின்றது

□

நான் அமைதியாக தனிமையில் அமர்ந்து
எல்லாமே என்னிலிருந்து பிறந்ததென உணர்கின்றேன்
அலைகளின் வெளி
புயற்காற்று கோதுமை மணிகளை
சிவந்த சூரியக் கதிர்களிலிருந்து உறிஞ்சுகின்றது
எனது கரங்கள் பூமியை நோக்கி
எனது கரங்கள் நட்சத்திரங்களை நோக்கி -
மிதந்து கொண்டிருக்கும் பூமிப்பந்தை நோக்கி

பாடும் நீரூற்று
எனக்கு தண்ணீர் தருகின்றது
எப்போது
நட்சத்திரங்கள் தாமாகவே கீழிறங்கி
நீரூற்றுக்களின் கண்களாகின்றதோ
அங்கே அழுக்கானதென்றும்,
தூய்மையானதென்றும் ஒன்றுமில்லை
நான் விரும்புவது
இத்தகையதோர் நொடிப்பொழுது
எனக்கு மிகவும் நெருக்கமாக.

மீண்டுமொரு முறை

மீண்டுமொரு முறை
ஒரு மனிதன்
எனக்குள் வந்தான்
எனது இரத்த நாளங்களுள்
இதழ்களின் வழியே
கண்களின் பின்னால்

எனது கைகளும்
எனது விரல்களும்
இனி என்னுடையவையல்ல
அவைகள் அரூபமான நூலிழையால்
எமக்கிடையில்
ஆளுகை செலுத்தப்பட்டன.

என்னுடைய பாதங்கள்
என் சிந்தனையின் வழியே
போகவில்லை.
எனது சிகையும்கூட
உனது விருப்பப்படியே கூட்டி
முடியப்பட்டுள்ளது.

ஒருபோதும், ஒருபோதும்
என்னால் என்னை
ஆளுகை செய்ய முடியவில்லை

இதம் வேண்டி கரங்களைப் பற்ற
இன்னொரு முறை
நான் முனையும் போதெல்லாம்
மீண்டும் மீண்டும்
சிறைப்படுத்தப்படுகின்றேன்.

நீ என்னருகில்
இல்லாத கணங்களிலும்கூட
எனது மூளைக்குள் குடிகொண்டு
உயிர்க்கலங்களைச் சிதைக்கின்றாய்,
உனது நாடக மேடையில்
நானொரு
பொம்மை மாத்திரமே.

உயிர்நிழல்-22, ஜனவரி 2006

அருகருகாக

இன்று
விசாரமற்ற ஒரு நாள்
அச்சமும் நம்பிக்கையும் நிறைந்திருந்தது.
நான் எப்போதும் நானாகவே இருக்கிறேன்
நீ
எப்போதும் நீயாகவே இருக்கிறாய்.

சந்தடிகள் நிறைந்த தெருவில்
அருகருகாக
ஒருவரையொருவர் நோக்கி
கைகளை நீட்டிக்கொள்வோம்.
தழுவிக்கொள்ளாமலே
நேசிப்போம் வெறுப்போம்
அருகருகாக
ஒருவரையொருவர் அறிந்துகொள்ளாமலே
கனவுகளால் கட்டப்பட்ட
வீடுகளின் நிழல்களில்
அலைந்து திரியும்
தனிமைப்பட்டுப்போன
குழந்தைகள் போன்று.

அதிசயம் மிக்க குழந்தைகள்.

வா உனது கரங்களை
இன்னொரு முறை நீட்டு
எப்போதோ
மற்றவர்கள் தெரிந்து கொண்டதை
இனியேனும்
நாங்கள் தெரிந்து கொள்வதாய்
பாவனை செய்

ஆனால்,
எப்போதும் நாங்கள்
அலட்டிக்கொண்டதே இல்லை
ஏனெனில்
நாங்கள் எப்போதாவதுதான்
ஒருவரை ஒருவர் நேசித்தோம்.

உயிர்மெய்-6, 2008

1980

பல லட்சம் மக்கள்
பட்டினியால் மடிந்து கொண்டிருந்த போது
நான் எனது சிகையை நிறமேற்றுவற்கு
அலங்கார நிலையம் சென்றேன்

பல லட்சம் மக்கள்
பட்டினியால் மடிந்து கொண்டிருந்த போது
நான் எனது நகங்களை மெருகேற்றுவதற்கு
சிவந்த மற்றும் ரோஜா
நிறங்களைத் தெரிவு செய்து கொண்டிருந்தேன்

லட்சோபலட்சம் மக்கள்
பட்டினியால் செத்துக் கொண்டிருந்தபோது
நான் நேற்றைய ரொட்டித் துண்டங்களை
குப்பைத் தொட்டிக்குள் வீசியெறிந்தேன்

லட்சோபலட்சம் மக்கள்
எல்லையில் செத்துக் கொண்டிருந்தபோது
நான் விமானமேறி கடல் கடந்து
சூரியக் குளியலுக்காக அக்கரை சென்றேன்

லட்சோபலட்சம் மக்கள்
கொடுநோய்களின் பிடியில் சிக்கி
மருத்துவமற்றுத் தவித்தபோது
நான் சிறு இருமலுக்கும் தடிமனுக்கும்
மருத்துவரிடம் சென்றேன்.

லட்சோபலட்சம் குழந்தைகள்
பட்டினியால் மடிந்தபோது
மதகுருக்கள் கருத்தடை பற்றியும்

கன்னிப் பருவத்தில் குழந்தைகள் பெற்றெடுத்தல் பற்றியும்
விவாதித்துக் கொண்டிருந்தார்கள்

இறந்தவர்களோ மிகத் தொலைவில்
உயிரற்ற உடல்களினது துர்நாற்றமும் அறிகிலேன்.
விலா எலும்புகளும் ஒட்டியுலர்ந்து
அடையாளமற்று நலிந்ததெனவாயின

பல லட்சம் மக்கள் சாவின் மடியில்
மௌனமாக்கப்பட்டு
கடைசி எல்லையில் கிடந்தபோது
நான் அழகான ஏதோவொன்றை
உருவாக்குவது பற்றிப் பேசிக்கொண்டிருந்தேன்.

குவர்னிகா, 42 ஆவது இலக்கியச் சந்திப்பு மலர்,
யாழ்ப்பாணம், ஜூலை 2013

தாயின் குரல்

மீண்டுமொருநாள்
என் முன்பாக, மரக்கிளையொன்றில்
பறவையொன்று வந்தமர்ந்து கொண்டது
தனது கூரிய அலகினால்
என் கன்னப்பொட்டில்
மெலிதாக கொத்தியது

அறிவேன்,
இறந்து போன என் அன்னையிடமிருந்து
செய்தியொன்றை சுமந்து வந்துள்ளது.

அம்மா,
நீயே என்னை ஆள்பவளாக இருக்கின்றாய்,
என்னுடன் நீ பேசுகின்றாய்.
என்னைப் பார்த்துக் கொண்டிருக்கிறாய்.

எழு,
எழுந்து நில்,
எழுந்து நிமிர்ந்து நில்,
நீ உரத்துச் சொல்கின்றாய்.

காற்றினூடு
உனது குரலைக் கேட்கின்றேன்
சூரியனது ஒளிக்கிரணங்களிலும்
பறவைகளின்
பாடும் ஒலியிலும்
உனது குரலை நான் உணர்கின்றேன்.
எனது
நாடித் துடிப்பினூடே
என்னோடு நீ வாழ்கின்றாய்.

குளிருறைந்த தெளிவான நாளொன்றில்

நான்
எனது கைகளை மேசைக்குக் கீழே
மறைத்துக் கொண்டுள்ளேன்.
எனது
அழுக்கடைந்து போன நகங்களாலோ
அல்லது
உலர்ந்து, கருநீலம் பூத்த
எனது இரத்த நாளங்களாலோ அல்ல
நான் அவற்றை மறைக்கிறேன்,
ஏனெனில்,
அவை வெறுமையாய் இருப்பதைக் காண அச்சப்படுகின்றேன்.

இந்த இடது கரத்தைப் பாருங்கள்!
முன்பொருநாள் அது
எனது உதரத்திலிருக்கும் உயிரை,
அதன் இருப்பை தொட்டுணர்ந்து கொண்டிருந்தது
இந்த வலது கரம்!
எத்தனை ஆயிரம் தடவைகள்
எனது நேசத்துக்குரியவர்களின்
நெற்றியை அது வருடியிருக்கும்

இப்போது
நான் தடுமாறி
எனதிரு கரங்களை முன்னோக்கி நீட்டும்போது
மனிதர்கள் மிகவும் அவசரமாக
கைகளை பின்னோக்கி இழுத்துக் கொள்கின்றனர்.
இல்லை
இந்தக் கைகள் இனி ஒருபோதும்
இதம் கொண்டவையாக இருக்கப் போவதில்லை

வலது கரம் பழரசம் நிறைந்த
கண்ணாடிக் குவளையைப் பற்றிப் பிடித்துள்ளது
இடது கரம் சாளரத் திரையை இழுத்துக் கொண்டுள்ளது.
தனியே இந்தக் கரங்களுடன் நான்
பசுக்களிலிருந்து பால் கறந்திருக்கிறேன்
ரொட்டிகளைத் தயாரித்திருக்கிறேன்
தண்ணீர் தேடி
உறைந்துபோன பனிப்பாளங்களில் துளையிட்டுமிருக்கிறேன்.

எல்லையற்று இந்த வாழ்க்கையை நான் நேசிக்கிறேன்.
அமைதியாக உதிர்ந்து போக என்னால் முடியாது.
ஆனால்
உள்ளங்கைகளினால் கண்களை மூடிக் கொண்டு
எனது சோகங்களை பெருங்குரலெடுத்து சொல்கிறேன்
... ...

இங்கர் ஹாகருப்

Inger Hagerup

12.04.1905 – 06.02.1985

Bergen, Norway

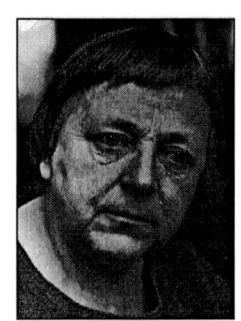

இங்கர் ஹாகருப்/Inger Hagerup

அன்றைய நோர்வேஜிய ஆணாதிக்க சமூகத்தில் தெளிவும் உறுதியும் கொண்ட பெண்ணின் குரலாக ஒலித்தவர் இங்கர் ஹாகருப். நோர்வேயின் பேர்கன் நகரத்தில் 1905 இல் பிறந்த இவரது எழுத்துலகப் பிரவேசம் சிறுவர் மலரில் எழுதுவதோடு ஆரம்பிக்கின்றது. அதனைத் தொடர்ந்து கவிதை எழுதுவதில் முனைப்புடன் ஈடுபடுகிறார். அவரது கவிதைகள் பத்திரிகைகள் சஞ்சிகைகளில் வெளிவரத் தொடங்குகின்றது.

தனது 20 ஆவது வயதிலிருந்து நோர்வே பொதுவுடமைக் கட்சியின் உறுப்பினராகச் செயல்படுகின்றார். 1939 இல் முதலாவது கவிதைத் தொகுப்பு வெளிவருகின்றது. கவிதைகள் மட்டுமல்லாது நாடகங்கள், கட்டுரைகள், சிறுவர்களுக்கான பாடல்களையும் எழுதியுள்ளார். இவரது சிறுவர் பாடல்கள் மிகவும் பிரபலமானவை.

பெரும்பாலும் மரபுரீதியிலான இவரது கவிதைகள் கடினமான ஆண் பெண் நேசத்தினைப் பேசுவதாகும். “பெண்களும் காலமும்” என்ற பத்திரிகையிலும் பணிபுரிந்ததோடு, பொதுவுடமைக் கட்சியின் “விடுதலை” என்கிற பத்திரிகையிலும் விமர்சகராகப் பணிபுரிந்தார். அவரது கவிதைகள் அவரது காலத்தய சமூகம் பற்றிய கடும் விமர்சனங்களைக் கொண்டிருந்தது. யுத்தம் முடிவுக்கு வந்த பின்னர் அரசியலில் அதிக ஈடுபாட்டுடன் இருந்தார்.

ஒரு சோசலிசவாதியான இங்கர் ஹாகருப் வன்முறையும் அதிகார துஷ்பிரயோகமுமற்ற, எல்லா மனிதர்களும் சமத்துவமாய் வாழ்கின்ற உலகையே விரும்பினார். அனைத்து மக்களினது

நலனகளையும பாரபட்சமின்றிப் பேணுகின்ற ஒரு சமூகத்தைக் கட்டியெழுப்புவதில் அக்கறையுடனும், விழிப்புடனும் செயற்படவேண்டுமென்பதை தனது கவிதைகளில் தொடர்ச்சியாக எழுதி வந்தார்.

1940 ஏப்ரல் 9 ஆம் திகதி நோர்வே நாசிப் படையினரால் முற்றுகையிடப்பட்டது. நாசிகளுக்கெதிரான நடவடிக்கைகளில் பங்கேற்றதால் 1943 முதல் சுவீடனில் தலைமறைவு வாழ்வை மேற்கொள்கிறார். ஜேர்மானிய நாசிப்படைகளுக்கெதிராக அவர் எழுதிய கவிதைகள் மக்கள் மத்தியில் பெரும் தாக்கத்தை ஏற்படுத்தியது.

போர்க்காலத்தில் அவர் எழுதிய "Aust vaagoy" (அஉஸ்த் வோகொய்) என்ற இக்கவிதை 1941 இல் எழுதப்பட்டது. இவரது வரலாறு பற்றியோ அல்லது இவரது கவிதைகள் பற்றியோ பேச முற்படும்போது அவரது இந்தக் கவிதையை யாரும் எளிதில் கடந்து சென்று விட முடியாது. அந்த வகையில் இந்தக் கவிதை ஒரு வரலாற்று முக்கியத்துவத்தைப் பெறுகின்றது.

அவரது "தொடர்ந்து" என்ற கவிதைத் தொகுப்பில் இடம்பெறும் "Aust vaagoy" கவிதை, நாசிப் படையெடுப்பினால் பாதிக்கப்பட்டிருந்த மக்களை சென்றடைகின்றது. 2 ஆவது உலகப் போரின்போது விடுதலையின் பொருட்டு நோர்வே மக்கள் என்னவெல்லாம் இழக்க நேரிட்டது என்பதும், கணக்கிலடங்கா தமது உறவுகளை இழந்த போதும் எஞ்சியிருந்தவர்கள் எவ்வாறு ஒன்றாக பலமாக எதிர்த்து நின்றனர் என்பதையும் அவர் இந்தக் கவிதையினூடு வெளிக் கொணர்ந்தார்.

நாசிகளின் கெடுபிடி காரணமாக இந்தக் கவிதையை எழுதியவரை வெளிப்படுத்த இயலவில்லை. இந்தக் கவிதை வெளிவந்தபோது பலரும் இது போராளியும் படைப்பாளியுமான அர்னொல்வ் ஓவலாண்ட் என்றே நினைத்திருந்தனர். இங்கர் ஹாகரூப் பிரபல்யமாவதற்கு முன்னரே அவரது கவிதை துண்டுப் பிரசுரமாக மக்களிடையே கொண்டு செல்லப்பட்டது.

இந்தக் காலப் பகுதியில் லண்டனிலிருந்து பிபிசி வழியாக "லண்டன் குரல்" நீண்ட அலைவரிசையில் நோர்வேக்கான ஒலிபரப்பு நிகழ்த்தப்பட்டது.

இந்த நிகழ்ச்சி நோர்வே தேசிய தொலைக்காட்சியின் பணியாளர்களால் நோர்வே அரசாங்கத்தின் செய்திகளுடனும் ஒலிபரப்பப்பட்டது. நாசிகளுக்கெதிரான யுத்தத்தில் ஈடுபட்டிருந்த

மக்களுக்கு மிகப் பெரிய ஆதரவுக் குரலாக இந்த ஒலிபரப்பு அமைந்தது. லண்டன் குரலில் இந்தக் கவிதையை வாசித்துக் கேட்ட போது இங்கர் ஹாகரூப் மிகவும் அதிர்ச்சியடைந்தார், ஏனெனில் தனக்கு மிகவும் நெருங்கிய 5 நண்பர்களிடத்தில் மட்டுமே இந்தக் கவிதையை வாசிக்கக் கொடுத்திருந்தார்.

Aust vaagoy வட பகுதியிலுள்ள பல தீவுக் கூட்டங்கள் சேர்ந்த பகுதியில் மிகப் பெரிய தீவுப்பகுதி. பெரும்பான்மையான பிரதேசம் மலைகளால் சூழப்பட்டிருப்பதோடு பரந்த கடற்பரப்பையும் கொண்டதாகும்.

Aust vaagoy

அவர்கள்
எங்கள் பண்ணைகளை எரித்தனர்
அவர்கள்
எங்கள் ஆண்களைக் கொன்றனர்
மீண்டும் மீண்டும்
எங்கள் இதயங்களை குமுறியெழச் செய்வோம்.

எங்கள் இதயங்களை
கொடும் வலி கொண்டு பிளந்து கொள்வோம்.
அவர்கள்
எங்கள் பண்ணைகளை எரித்தனர்.
அவர்கள் அதை இன்றே செய்தனர்.

அவர்கள்
எங்கள் பண்ணைகளை எரித்தனர்.
அவர்கள்
எங்கள் ஆண்களைக் கொன்றனர்
எங்கள்
ஒவ்வொருவரின் மரணத்தின் பின்னே
ஆயிரமாய் திரண்டெழுவோம்.

எல்லாவற்றையும்,
எல்லாவற்றையும் இழந்த போதும்
சளைக்காது
ஆயிரமாய் மலையெனத் திரண்டெழுவர்.
ஓ... மரணித்த தோழர்களே...!
அவர்களால்
எம்மை ஒருபோதும்
அடிபணியச் செய்ய முடியாது.

ஆட்காட்டி, ஒக்டோபர் - டிசம்பர் 2016

விடுதலை

எங்களது கைகளை
முன்நோக்கி நீட்டுகின்றோம்
ஆனால்,
விடுதலைக்கு இருப்பிடம் எதுவுமில்லை.
அது, எப்போதாவது
திருப்தியுற்று தனது இருப்பிடத்தில் அமர்ந்துள்ளதா...?
அல்லது,
உணவுப் பருக்கைகளை தனது சகோதரனுடன்
பகிர்ந்துகொண்டுள்ளதா?
எப்போது
நிரந்தரமான வடிவத்தை பூமியில்
அது பெற்றுக் கொண்டது.
அது ஒரு கனவு,
ஒரு நெருப்பு,
ஒரு புயல்
உன்னுடைய இதயம் தீய்ந்து போனதை
உணர்ந்தாயா...?
அவ்வாறெனில்,
அது உன்னைக் கடந்து சென்றுள்ளது
என்பதைத் தெரிந்து கொள்
தேடல்,
தேடலின் வழி
இதயத்தின் அமைதியின்மை, சிந்தனைத் தடங்கல்
அதனது
நலிந்த காலடிகளுமாய் இருந்த போதும்
ஒருவராலும்
விடுதலையை சிறைப்பிடித்து விடவே முடியாது.

ஆட்காட்டி, ஒக்டோபர் - டிசம்பர் 2016

பொறுமையற்ற மனுவாய் இரு

அனைத்தும் மெதுவாகவே நிகழ்கிறது.
படைப்பு முடிவற்றது
இருள் ஒளியானது, ஒளி நெருப்பானது.
ஒருநாள்,
மனிதன் விழித்தெழுந்து சொன்னான்
நான் விரும்புகிறேன்

அனைத்தும் மெதுவாகவே நிகழ்கிறது
எங்களது பூமி
மெதுவாக - ஆனால்
அறியப்படாத துறைமுகத்தை நோக்கி
பாய் வலித்துச் செல்கிறது.

ஒருவராலும் எங்களது எதிர்காலத்தை
அளவிட முடியாது
ஒருவராலும் அதற்குப் பெயரிடவும் கூடுமானதல்ல
இது
எங்களுக்குத் தெரிந்ததுதான்
இந்த
முடிவற்ற வாழ்வைப் படைப்பதில்
நாமும் இணைந்திருக்கிறோம்
படைப்பு
நன்மையானதாக, கொடியதாக இருந்த போதும்.

எப்படியிருப்பினும்
இழப்புக்களை நாங்கள் விரும்பவில்லை
முன்பொருநாளில்
நாங்கள் பெற்ற நெருப்பை
இழக்க விரும்பிலோம்
வழிகள் பல கிளைகளாகின

அதுவே முரண்களும் ஆயின
பலம் அதிகாரமாகியது
அதிகாரம் வன்முறையாகியது
மனிதர்கள்
ஒருவரையொருவர்
காலடியில் போட்டு மிதித்தனர்
ஆனாலும்
கனவு மட்டும்
தீவிரமாக நிஜத்தை நோக்கியபடி
அனைத்தும் மெதுவாகவே நிகழ்கிறது.
விரைவு ... விரைவு
மீண்டும்
தவறாகப் போய்விட நேரிடும்

எங்களுக்கு என்னதான் வேண்டும்
இவை
வெறும் கனவுகளும் கற்பனைகளும் என
அறிஞர்கள் கூறுகின்றனர்
அவர்கள் இறுகிப்போன இதயம் படைத்தவர்கள்
இனியும்
அவர்களைச் செவிமடுக்க வேண்டாம்
வாழ்வென்பது
வீடும், உணவும், பணமும் அல்ல
நாம்
எப்போதும் பாதையில்
ஒரு அடி முன்னேறியபடி
எப்போதும்
மனிதத்தின் வெற்றிப் பாதையில்
அல்லது
வீழ்ச்சிப் படிகளில்.
விரைவு.
இப்போது
மிக மிக விரைவு வேண்டும்.
பொறுமையற்ற மனுவாய் இரு
உனது சுவடுகளைப் பதி

இது எங்களது
முடிவற்ற குறுகிய வாழ்க்கையைப் பற்றியது
இது எங்கள் பூமியைப் பற்றியது.

உயிர்மெய், தை - பங்குனி 2006

என்னை இப்படித்தான் உனக்கு வேண்டும்

என்னை
இப்படித்தான் உனக்கு வேண்டும்.
களைத்துப்போன
உனது மூளை இளைப்பாற
ஒரு இரவில்
களியாட்டத்தில்
மதுவோடும், புகை வளையங்களோடும்
நீ சிரிப்பதற்கான
வேடிக்கைப் பொருளாய் மட்டும்
நான் உனக்கு வேண்டும்.

ஆனால், எனது இதயம்
வேறொரு மொழியைக் கொண்டுள்ளது.
எவரும் அறியாவண்ணம்
எனக்குள்ளே எரியூட்டப்பட்டுள்ளது.
காதலின் நுகத்தடியில்
பேசாமடந்தைகளாய்
ஆயிரமாயிரம் பெண்கள் மண்டியிடப்பட்டுள்ளனர்.

அறிந்து கொள்!
உனது கரங்களில்
மிக எளிதாக
உல்லாசமான அற்பப் பொருளாய்
நான் இருப்பதை.
ஏனென்றால்
என்னை
உனக்கு இப்படித்தான் வேண்டும்.

உயிர்மெய், தை - ஆனி 2008

அந்தக் கவிதை நான்தான்

நான்
ஒருவராலும் எழுதப்படாத கவிதை
எப்போதும்
எரியுண்ட கடிதமும் நான்

ஒருவரும்
நடந்தறியாப் பாதை நான்
இராகமில்லாத இசையும் நான்
மொழியற்றுப்போன உதடுகளின்
வேண்டுதலும் நான்
ஒருபோதும் பிறந்திடாத பெண்ணின்
புதல்வனும் நான்

ஒரு தந்தி
எந்தக் கைகளினாலும் மீட்டப்படாதது
ஒரு சிதை
எவராலும் எரியூட்டப்படாதது

என்னை எழுப்பு
என்னை விடுதலை செய்
இந்த
ஆன்மாவிலிருந்தும், உடலிலிருந்தும்
இந்தப் பூமியிலிருந்தும்
இந்த நெருப்பிலிருந்தும்
என்னை மேலே தூக்கிவிடு

ஆனால்
நான் கேட்கின்ற போது
விடைகள் கிடைக்கவில்லை
ஒருபோதும் நிகழ முடியாத
நிகழ்வு நான்.

உயிர்மெய், தை - பங்குனி 2006

நான் தேடினேன்

நான் நிஜத்தைத் தேடினேன்.
மனிதர்களுக்கிடையிலும்,
பூக்கள், மரங்கள், ஆகாயம், விண்மீன்கள்,
மேகக்கூட்டங்களிடையிலும்
நான் உண்மையைத் தேடினேன்.
ஆனால்,
அனைத்துக் கணங்களிலும்
ஒரே சுழலுக்குள்தான்
எனது பாதங்களும் சுற்றிச் சென்றன.

எப்போதும்
எனக்குள்ளே மட்டும்
எனக்கே எதிரான
மெல்லிய நூலிழை போன்று
தடுமாறுகின்ற எனது சித்தம்.
உண்மையான எனது வாழ்வு
என்னை விட்டுத் தொலைவில்.
எனது வாழ்வு
இப்படித்தான் உறைந்து கிடந்தது.

ஒரு சாளரம் அடைக்கப்பட்டு விட்டது.
ஒரு கதவு மூடப்பட்டு விட்டது
நான் உள்ளே அடைக்கப்பட்டேன்
வெளி உலகம் எனக்கு தனிமைப்படுத்தப்பட்டது
இது எப்பொழுது நடந்தது?
அல்லது
நானாகவேதான் அடைபட்டுக் கொண்டேனா?

ஆனால்,
நட்சத்திரங்கள் ஒளிர்கின்ற

முக்கியமானதொரு இரவில்
எனது பாதையிலும் ஒளி வீசும்
கதவுகள் திறக்கும்
அப்போது
நான் விடுதலை பெறுவேன்.

உயிர்மெய், தை - ஆனி 2008

கார்த்திகையாள்

கார்த்திகையாள்,
நம்பிக்கைகளைத் தொலைத்துவிட்ட
வயதான பெண்ணவள்.
மிகவும்
நேசத்துக்குரியதான சூரியன்
அவளை
விட்டுச் சென்ற பின்னர் - ஒரு
சாம்பல் நிற ஆடையை
தனது மெலிந்த தோள்களில்
போர்த்திக் கொள்கின்றாள்
அவளது முகம்
தனிமையால் இறுகிப் போயுள்ளது.

கார்த்திகையாள்,
விசனப்படும் வயதான பெண்ணவள்
கூச்சலிட்டவாறே
இலையுதிர் காலத்தின் கடைசிப் பூவையும்
கூந்தலிலிருந்து பிடுங்கிக் கொண்டு விட்டாள்.
புயற்காற்றின்
தோத்திரப் பாடல்களுக்காக
உலர்ந்துபோன தனது முழங்காலில் மண்டியிடுகின்றாள்

கார்த்திகையாள்,
எவராலும்
உறைவிடம் அளிக்கப்படாத
வயதான பெண்ணவள்
இலையுதிர்காலம்
அவளுக்கு
தனது கதவுகளை
பனிப்பூட்டுக்களால் அடைத்துக் கொண்டு விட்டது.

இப்போது
குளிர்காலத்தின் பூட்டிய வாசலை
தனது நடுங்கும் விரல்களால்
பலனேதுமின்றி தட்டிக் கொண்டிருக்கிறாள்.

கலைமுகம், ஜனவரி - மார்ச் 2018

பெண்ணாய் இருக்கப் பிறந்தவர்க்கு

பெண்ணாய் இருக்கப் பிறந்தவர்க்கு
நீ
மிகுந்த வலியோடு பிள்ளைகளை பெற்றெடுப்பாய்
பூமியில்
உன் ஆயுட்காலம் உள்ளவரை
உனது கணவனுக்குப் பணிவிடை செய்வாய்.
முன்பொருநாள்
இந்த வார்த்தைகளில் சாபமும் வேதனையும்
நிறைந்து கிடந்தது.

பெண்ணாய் இருக்கப் பிறந்தவர்க்கு
காலச்சுழலின் பெருமூச்சென
தாயிலிருந்து மகளுக்கு தொடரப்பட்டது
நீ
பலவீனமுள்ளவளாகப் பாவனை செய் - ஆனால்
அறிவுள்ளவளாக இரு
விதியின் ஆளுகையில்
அழுகையும் சிரிப்பும்
உனது பாதுகாப்புக் கவசமாகட்டும்

வெற்றியடைந்தவர்களாக இருந்த போதிலும்
நாங்கள்
எப்போதும் தோல்வியுற்றவர்களாகவே இருந்தோம்
ஆண்களது பலிபீடத்தில் - பெண்
தனது அழகிய ஆளுமை முழுவதையும்
பலியிட நேர்ந்தது - அழகிழந்த கடுமை கொண்ட இதயம்.
ஆனால்
மெல்ல மெல்லவேனும் - நாங்கள்
ஏதோவொன்றைக் கற்றுக் கொண்டோம்

அதிகாரத்திற்கும் வன்முறைக்கும்
வளைந்து
ஊமைகளாக அடிபணிந்து போகாதவர்கள்
சூடேறிய இரத்தத்தில்
தீச்சுவாலையை ஏந்திக் கொண்டு
அநீதிக்கும் அறியாமைக்கும் எதிராக எழுந்தனர்

மெதுவாக, மெதுவாக
நாங்கள் கற்றுக் கொண்டோம்.
ஆண்கள் நாய்க்காவலர் போன்று - எம்மைக்
காவல் செய்வதனை
நாங்கள் கண்டு கொண்டோம் - இந்த
அறியாமைக்கும் அநீதிக்கும்
உலகம் முழுமையும் ஆட்பட்டிருப்பதை
நாங்கள் மெல்ல உணர்ந்து கொண்டோம்

பெண்ணாய் இருக்கப் பிறந்தவர்க்கு
இன்று நாங்கள் திரும்பிப் பார்க்கின்றோம்
இரத்தமும் தீப்பிழம்பும் கொண்ட எங்கள் பூமியை
இந்த வெற்றி வீழ்ச்சியை எட்டி விடக் கூடும் - இந்த
மகிழ்ச்சிக் கூக்குரல் குரலிழந்தும் போகலாம்

எங்கள் காலடியின் கீழ்
பேரிடியின் ஓசை அதிர்கின்றது.
அடுத்த கணமே பாதாளத்தில் வீழ்ந்திட நேரலாம்
எனினும்
நாங்கள் அதனை விரும்பவில்லை.
இந்தப் பூமி எங்களுடையதும்
எங்கள் குழந்தைகளுடையதும் - எனவே
நாங்கள் ஒரு போதும்
வீழ்ந்து போவதை விரும்பவில்லை.

இந்தப் பூமியில்
வாழ்வின் நல்லன அனைத்தும்
நடந்தேற வேண்டுமென நாங்கள் விரும்புகின்றோம்
வலிமை வலிமையற்றதை பற்ற வேண்டும்

மனிதர்களுக்கிடையில்
மனிதநேயம் வளர வேண்டும்.
நாங்கள் அறிவோம்
வாழ்க்கையும் இதைத்தான் விரும்புகின்றது.

பெண்ணாய் இருக்கப் பிறந்தவர்க்கு
இந்தப் பூமியின்
உயிரினங்கள் எல்லாவற்றுக்கும் - நாங்கள்
நெருக்கமாக உள்ளோம்.
ஒவ்வொரு காலையையும் நோக்கி
எமது குழந்தைகளைச் சுமக்கின்றோம் - அங்கே
பாதுகாப்பும் மகிழ்ச்சியும் அவர்களை
எதிர்கொள்ள வேண்டுமென்று நாங்கள் விரும்புகின்றோம்.

குவர்னிகா, 42 ஆவது இலக்கியச் சந்திப்பு மலர்,
யாழ்ப்பாணம், ஜூலை 2013

Willy Flock

17.05.1939 – 21.11.2010
Oslo, Norway

Willy Flock

கவிஞர், சிறுகதை எழுத்தாளர், நாவலாசிரியர் என்ற பன்முக ஆளுமை கொண்ட படைப்பாளி.

6 கவிதைத் தொகுப்புகள், 3 சிறுகதைத் தொகுப்புகள், 3 நாவல்கள் இன்னும் ஆய்வுக் கட்டுரைகளையும் எழுதியுள்ளார்.

வலி - 1

உனது வாசற்கதவினை
நீ திறந்துவைத்து
காத்திருக்கின்ற பொழுதுகளில்
அதைச் சந்திக்க நேரிடும்

உனது அறை முழுவதும்
வியாபிக்கும்
உனது வரவேற்பறையை
தனதாக்கிக் கொள்ளும்
எல்லாவற்றையும்
மௌனமாக்கி விடும்
எல்லாவற்றையும்
உற்றுக் கேட்கும்
உன்னை
முழுவதுமாக கவிந்துகொள்ளும்
மெதுவாக
உன்னை முழுவதுமாக
ஆக்கிரமித்துக் கொள்ளும்.

உன்னுடைய கணங்களை
நீ
அதற்குக் கொடுப்பாயெனில்
உன்னை அது கொள்ளை கொண்டுவிடும்
உன்னோடு பேசும்
உனது கரங்களிலிருந்து,
உனது விரல்களோடு
மொழியற்றுப்போன உனது உதடுகளிலிருந்து
உன்னோடு பேசும்
எல்லாம்
அதன் விருப்பப்படியே
நடந்தேறும்.

வலி - 2

அதனை
இழந்து விடுவோமென்று
நீ
அச்சப்படுவாயாகில்
வாசற்கதவினை திறந்து விடாதே
நீ அதனை
சிறைப்பிடித்து விட்டதாகவே நம்பு

இருந்த போதிலும்
கதவுகளினூடே தானாகவே
அகன்று போகக் கூடும்.
அடர்ந்த
பெரிய காட்டினிடையில் பறந்து போகக் கூடும்.
அது விலகிப்போக நேரினும்
மீளவும் அது வரக்கூடும்

வலி,
அது என்ன செய்ய விரும்புகிறதோ
அதையே விளைந்து கொள்ளும்
ஏனெனில்
வலி,
அதுவாகவே இருக்கின்றது.

உனது வாசற்கதவுகளைத் திறந்து வைத்து
நீ
காத்திருக்கின்ற பொழுதுகளில்.

உயிர்மெய் தொகுப்பு, 2009 - 2010

Stein Mehren

16.05.1935 – 28.07.2017

Oslo, Norway

Stein Mehren

2017 ஜூலை 28 இல் மரணமடைந்த நோர்வேஜிய எழுத்தாளர் Sten Mehren கவிஞராக, ஓவியராக, நாவலாசிரியராக, பாடலாசிரியராக அறியப்பட்டவர்.

முப்பதிற்கும் மேற்பட்ட கவிதைத் தொகுதிகளை வெளிக்கொணர்ந்திருக்கும் இவரது முதலாவது கவிதைத் தொகுப்பு "அமைதியினூடு ஓரிரவு" 1960 இல் வெளிவந்தது.

அருகாமை

ஒரு
சிறுவழித்தூரம்
உனது சோகத்தை
சுமந்து செல்ல என்னால் முடியும்
எனது மகிழ்ச்சியை
உனதாக்கவும் முடியும்
ஆனால்,
உனது வாழ்வை
வாழ்வது மட்டும் என்னால் இயலாதது.
அல்லது,
உனக்காக இறத்தலும் கூடுமானதல்ல
ஆனால்,
நாங்கள் எங்களது
நோக்கினை,
ஸ்பரிஸங்களை
வார்த்தைகளை,
எமக்கிடையேயான சக்தியை
இடமாற்றிக் கொள்வோம்
ஆனால்,
நீ நானல்ல
நானும் நீ அல்ல
ஆதலினால்,
நாங்கள் கண்டடைவோம்
எமக்காக
சிறு பொழுது
ஒருவரிடமொருவர் நாமாக இருப்பதற்கு.

Ingeborg Næstved

25.05.1887 – 11.12.1979
Copenhagen, Denmark

Ingeborg Næstved

டென்மார்க்கைச் சேர்ந்த படைப்பாளி. பத்து வயதாக இருந்தபோது ஏற்பட்ட மூளைக்காய்ச்சல் காரணமாக கேட்கும் திறனை இழந்த இவர், fredericia நகரிலுள்ள காது கேளாதோருக்கான பாடசாலையில் தனது கல்வியைத் தொடர்கின்றார். பின்னான காலங்களில் அதே பாடசாலையில் பணி புரிந்தார். கவிஞரும் உரைநடை ஆசிரியருமான இவர் எழுதிய "எனக்கொரு பூச்செண்டினை வழங்கி விடுங்கள்" என்ற இந்தக் கவிதை மிகவும் பிரசித்தி பெற்றதாகும்.

1924களில் மூன்று இசையமைப்பாளர்களால் இசையமைப்பு செய்யப்பட்டது இக் கவிதை.

உன்னத சங்கீதம் | 67

எனக்கொரு பூச்செண்டினை வழங்கி விடுங்கள்

நான் உயிர் வாழ்கின்ற போதே
என்னிடம் ஒரு பூச்செண்டினைத் தந்து விடுங்கள்
என் கண்கள்
அதைக் கண்டு மகிழ்வடையட்டும்
நான் இறந்தபின்
என் உயிரற்ற உடலத்தின் மீது - நீங்கள்
வைக்கும் மலர்களை எனது கண்கள் காணப்போவதில்லை.

நான் உயிர் வாழும்போதே
அன்பிற்காக ஏங்கும் என் இதயத்திற்கு
அதைக் கொடுத்து விடுங்கள் - ஏனெனில்
மரணம் என் கண்களை மூடியபின்
எனக்கு வேண்டியது ஒன்றுமில்லை.

என் உயிரற்ற உடலின் முன்
கண்ணீர்த்துளிகளை சிந்தாதீர்கள்
அந்தக் கண்ணீர்த்துளிகள்
எனக்கு அமைதியைத் தந்தவை
ஆனால், முன்பு.
நான் சிந்திய கண்ணீர்ப் பெருக்கிலிருந்து
என்னை நீங்கள் காத்திருக்க முடியும்.

பிற்குறிப்பு:
முதியோர் இல்லங்களில், வருடங்களாக ஏக்கத்தோடு காத்திருக்கும் முதியோர்களுக்கு மலர்க்கொத்தினை வழங்குங்கள், இருண்டு போன அவர்களது நாட்களை அவை ஒளி நிறைந்ததாக ஆக்கட்டும்.

Helge Vatsend

25.11.1928 – 24.01.1994
Bygland, Norway

Helge Vatsend

நோர்வேஜிய கவிஞர், பாடலாசிரியர். 14 தொகுப்புக்களை வெளியிட்டுள்ளார். இவரது அநேகமான கவிதைகள் எப்போதும் சமூகம் சார்ந்த விமர்சனங்களைக் கொண்டிருந்தது.

காதலும் சுதந்திரமும்

எப்போது
காதலும் சுதந்திரமும்
ஒன்றிணைகின்றதோ
அப்போது
நாமிருவரும் அச்சமின்றி சந்தித்துக் கொள்வோம்

ஆகவே,
நாட்டிலுள்ள இறுதிக் கரடியையும் கொன்று விடும்
மிகப் பெரிய வேட்டைக்காரனாக
நான் இருக்கத் தேவையில்லை

நீயும் கூட
அழகிப் போட்டிகளில்
உனது அழகினைப் பறைசாற்றும்
உலக அழகியாக வலம் வரத் தேவையேதுமில்லை.

தேவாலயக் குருக்கள்
எம்மை அணுக மாட்டார்கள்
ஏனெனில்
பாவபுண்ணியம் எனும் வார்த்தைகள்
எங்கள் வீட்டிற்கு சொந்தமில்லாதவை.

நாம்
ஒருவரை ஒருவர் தழுவியபடி,
எங்களது ஆன்மாக்களும் மிக அருகருகாக... ... ...

எல்லோரும்
எம்மை வெறுக்கக் கூடும்
ஏனெனில்,
நாங்கள்

எங்களது உணரவுகளில நம்பிக்கை கொண்டுள்ளோம்.

காதலும் சுதந்திரமும்
இங்கே ஒருசேர இணைந்துள்ளன.

கலைமுகம், 2018

இறந்து போன ஒரு நண்பனுக்கு...

மிகவும் அவசரமாக
ஒரு தெருமுனையில் திரும்புதல் போன்று
நீ
இறந்து விட்டாயென்று
எவ்வாறு நான் கூறிக்கொள்ள இயலும்?
ஒரு சீரான, சரியான வழியில்
உனது வாழ்வு
உனது கைகளில் இருந்தபோதும்.

அல்லது,
அதனால் தானோ என்னவோ
காகிதங்களை விட்டுச் செல்கின்றோம்
அச்சிடப்பட வேண்டிய பாடல்கள்,
அலுவலகங்கள்,
ரத்து செய்யப்பட வேண்டிக்
காத்திருக்கும் நேரங்கள்

முகமூடிகளும் ஞாபகங்களும்
கண்களும் உதடுகளும்
வாகனத்தின் முகப்பில் படிந்துள்ள தூசியில்
நினைவுகளாக நாம் வரைந்த முகங்கள்
நினைவூட்டல்கள், அன்பின் வெளிப்பாடுகள்
எல்லாமே வெறும் ஞாபகங்களாக,
தூசியில் வரைந்த முகமூடி
வேறொன்றும் இல்லை.

நான்,
எவ்வாறு உனக்குக் கூறியிருக்க முடியும்...
ஏனெனில்
வாழ்வு எமக்குச் சொந்தமானதாக இருந்தால்,

மரணம் தவிர முடிவு எதுவாகக் கூடும்.
இந்தத் திடீர் மரணம், ஒரு நிமிட அமைதி
காலம் முன்னதாகவே வேறு குரல்களால் நிரப்பபட்டு விடும்.

ஆனால்,
நாம் இப்போது இந்த வாழ்க்கைக்கு உரியவர்களாவோம்.
நிலத்திற்கு உழவன் சொந்தமாதல் போல,
கொப்பறைக்கு கொல்லன் சொந்தமாதல் போல, இந்த
வாழ்க்கைச் சுழலுக்குள் நாம் எப்போதும் இருக்கவில்லையா?
ஒரு முடிவற்ற பயணம் போல்.

ஒரு கவிதை, ஒரு பறவை

இனி
மேலே சொல்வதற்கு ஒன்றுமில்லை.
தேநீர் மேசையை சுற்றியிருந்த உரையாடல்கள்
பொருளற்றுக் கலைந்து விட்டன
தொடர்ந்து எதுவும் முடிவுறாமலே

நாங்கள் முன்னோக்கிச் செல்வதற்கு
எங்களுக்கு வார்த்தைகள் வேண்டும்.
வார்த்தைகள், அர்த்தங்கள் வேகம், வேகம்,
சிற்றோடைகளில் விரைந்தோடும்
காட்டுக் குதிரைகளின் பாடல் போன்று.

ஒரு சிந்தனையின் ஓட்டத்தில்
உண்மை
இரத்தம் தோய்ந்த உதடுகளின் மீது பின்னப்பட்டுள்ளது.
எங்கள் மீது சிந்தி விடப்பட்ட வார்த்தைகள்
காலத்தினதாயிருந்தது.

எம்மைத் தொடர்ந்து முன்னகர்த்தும் வார்த்தைகள்
எமது
இன்றைய நாளினை ஆளுகை செய்கின்றது
ஒரு சிறகசைப்பைப் போல,
ஒரு கவிதை,
ஒரு பறவை சாம்பலிலிருந்து எழுவது போல.

ஒரு கோதுமை மணியளவு உண்மை

நீண்ட செங்குத்தான
கடலடிவாரங்களில்
ஒரு கடற்பறவையின் அமைதியான சிறகசைப்பு
வேகமாய்ப் பாயும் விசையின்
இலக்கும் நோக்கமும்
ஒரு தாளகதியுடன் பூர்த்தியாகின்றது

அத்தோடு நானும் இங்கேதான்
ஒரு மனிதம்
ஒரு பொழுது
நிறைந்த உண்மைகளுடன்
காலைப்பொழுதை நோக்கித்
தடுமாறி குருடாக்கப்பட்ட வழிகளில்

நான் தேடிக்கொண்டிருக்கிறேன்
ஒரு கோதுமை மணியளவு உண்மையின் தரிசனம்
அதை
காலக்கடிகாரத்தினுள் என்றைக்குமாக பொருத்தி விடுவதற்கு.
ஒரு கடற்பறவையின் கூச்சல் போன்று
கரைதனில் மோதும் அலை போன்று.

நடுத்தீர்வை நாளில்

நாங்கள் வாழ்ந்து கொண்டிருக்கும்
இந்த
நடுத்தர வாழ்க்கைக்கு நான் எதிரானவன்
இந்த நுகர்வுக் கலாச்சாரத்திற்கு
மேலே செல்லத் துடிக்கும்
இந்தச் சமூகத்திற்கு எதிரானவன்

ஆனாலும் இது நீடிக்கும்வரை
இதை நாமும் தொடர வேண்டியுள்ளது.
இந்தச் சலுகைகளை
நாங்கள் பெற்றுக் கொள்ளத்தான் வேண்டும்
அதன் அநுகூலங்களை
நாம் அறுவடை செய்து கொள்ளத்தான் வேண்டும்
ஆகவே இந்த உலகை விட்டு
எங்களால் வெளியேற முடியாது

ஆனால்
நடுத்தீர்வை நாளில்
இந்த வாழ்க்கையோடு
நான் செய்து கொள்ள வேண்டியது எதுவுமேயில்லை
கேளுங்கள் தோழர்களே!
எப்போது எக்காளம் முழங்குகின்றதோ
அப்போது
நான் எல்லோருடனும் ஒன்றுபடுவேன்
ஒடுக்கப்பட்டவர்கள்,
அநீதியால் துன்பமடைந்தவர்கள்
சரியான தருணத்தைப் புரிந்து கொள்ளாதவர்கள்
தங்களின் பாவங்களுக்காக வருந்துபவர்கள்
எல்லோருடனும் ஒன்றுபடுவேன்

இறுதி வார்த்தை

நேசத்துக்குரிய
என் பெண்ணே, பார்
சமுத்திரமும் கடற்கரையும்
நாங்களும் தனியாக
நிர்வாணமாக இங்கே

இருந்தபோதிலும்,
நாங்கள் சிறைப்படுத்தப்பட்டிருக்கின்றோம்.
எங்களது நாளாந்த வாழ்க்கை முறையினால்.

நான்,
ஆணாகப் பிறந்திருக்கின்றேன்.
இப்போதும்
ஒடுக்குமுறையாளனின் நிழல்
என்மீது படிந்துள்ளது
உனது
அழகிய முகத்தில்
அதனைக் காணுகின்றேன்.

ஒருமுறை
நீதியின் காலம் வரும்போது
என்னிடம் சொல்வதற்கு என்ன இருக்கக்கூடும்?
ஏனெனில் நான்
ஆண்மையின் மொழியைக் கற்றிருக்கும்போது
ஆனால்,
என் வார்த்தைகள் இன்னமும்
எங்களுக்கு அர்த்தமுள்ளவைதாம்
என்
நேசத்துக்குரிய பெண்ணே!

உன்னத சங்கீதம்

என் சிநேகிதனே
என் காதலனே
நான் சொல்வதைக் கேள்
நான் உன்னுடைய பெண்

என்னை ரோஜாவென்றும்
உனது வாழ்வின்
வெளிச்சமென்றும் அழைக்காதே

எனது கண்களை
புறாவுக்கு ஒப்பிடாதே
எனது கூந்தலை
மலையடிவாரத்தில் சயனிக்கும்
மந்தைகளுக்கு உவமையாக்காதே
இந்தப் பூமியின்
ஒரு மனிதமாக என்னை உலவ விடு
நாமிருவரும் இணைந்து
மனிதர்களுக்கான வாழ்வை வாழ்வோம்

நண்ப,
என்னை நேராக முகங்கொள்
எதற்காகவும் அச்சப்படாதே
சுற்றிலுமாக மூடி அடைக்கப்பட்ட
பூங்காவனமாக என்னை ஆக்கி விடாதே அல்லது
உனக்கு தாகம் ஏற்படும் வேளைகளில்
அதைத் தணிப்பதற்கான ஊற்றாய் மட்டுமெண்ணி
உனதென்ற முத்திரையிட்டெனை மூடாதே

கடவுளின் பலிபீடத்தில்
பலிகடா ஆக்குவதற்கு

என்னை
வெள்ளை ஆடைகளால் அலங்கரிக்காதே

எனது உடலை
சேனைகளின் கூடாரம் என்றும்
எனது நிலம்
சோளமும்
லில்லி மலர்களுக்குமானது என்றும்
அழைக்காதே

வார்த்தை சிலம்பத்துள் சிக்கித் திணறாதே

ஆடைகளற்ற இயற்கை மனிதர்களாய்
நாம்
ஒருவரையொருவர் தழுவிக் கொள்ளுதல் போல்
வார்த்தைகளும் நிதர்சனங்களும்
ஒன்றையொன்று தழுவிக் கொள்ளட்டும்

எனது உதடுகள் சிரிக்கின்றன
எனது கண்கள் அழுகின்றன
இது மனிதர்களுக்கான புன்னைகையும் கண்ணீரும்
இதனை ஒரு விலையுயர்ந்த உடமை போன்று
நீயும் நானும்
தொடர்ந்து காவிச் செல்வோம்

என் வார்த்தைக்கு செவிசாய் என் நண்பனே,
என் நேசமானவனே
மத்தளம் முழங்க எக்காளம் ஒலிக்க
காதலின் புதிய மொழியொன்று
சீயோன் மலையுச்சிகளின் மேலாய்
உரத்து ஒலிக்கட்டும்

உனது ரோஜாவென்று என்னை அழைக்காதே
குளிருறைந்த இரவில்
உனது ஒளியென்று என்னை அழைக்காதே

நாமிருவரும் இணைந்திருப்போம்

நிபந்தனையற்று,
மனிதர்களாக மட்டும்
நாம் இணைந்திருப்போம்.

உயிர்மெய், ஐப்பசி 2007